நினைவுத் தடம்

இரா.காமராசு

நியூ செஞ்சுரி புக் ஹவுஸ் (பி) லிட்.,
41-பி, சிட்கோ இண்டஸ்டிரியல் எஸ்டேட்,
அம்பத்தூர், சென்னை - 600 050.
☎ : 044 - 26251968, 26258410, 48601884

Language: Tamil
Ninnaivuth Thadam

Author : **Era.Kamarasu**
First Edition: May, 2022
Copyright: Author
No.of Pages: 94
Publisher:
New Century Book House Pvt. Ltd.,
41-B, SIDCO Industrial Estate,
Ambattur, Chennai - 600 050.
Tamilnadu State, India.
Email: info@ncbh.in
Online: www.ncbhpublisher.in

ISBN. 978-81-2344-259-4

Code No. A4612

₹ 110/-

Branches

Ambattur (H.O.) 044 - 26359906 Spenzer Plaza (Chennai) 044-28490027
Trichy 0431-2700885 Pudukkottai 04322- 227773 Tanjore 04362-231371
Tirunelveli 0462-4210990, 2323990 Madurai 0452-2344106, 4374106
Dindigul 0451-2432172 Coimbatore 0422-2380554 Erode 0424-2256667
Salem 0427-2450817 Hosur 04344-245726 Krishnagiri 0434-3234387
Ooty 0423-2441743 Vellore 0416-2234495 Villupuram 04146-227800
Pondicherry 0413-2280101 Nagercoil 04652-234990

நினைவுத் தடம்
ஆசிரியர் : இரா.காமராசு
முதல் பதிப்பு: மே, 2022

அச்சிட்டோர்: **பாவை பிரிண்டர்ஸ் (பி) லிட்.,**
16 (142), ஜானி ஜான் கான் சாலை, இராயப்பேட்டை, சென்னை - 14
☎: 044-28482441

All rights reserved. No part of this book may be reprinted or reproduced or utilised in any form or by any electronic, mechanical, or other means, now known or hereafter invented, including photocopying and recording, or in any information storage or retrieval system, without permission in writing from the publishers.

சமூக மாற்றத்திற்கு
வித்தாக அமையும் பதிவுகள்

மண்ணில் மனிதம் உயிர்க்கத் தொடங்கிய காலந்தொட்டு மனிதர்கள் பிறப்பதும் இறப்பதும் நிகழ்ந்துகொண்டுதானிருக்கிறது. எண்ணற்ற மனிதர்களின் வாழ்வு இப்புவியைக் களமாகக் கொண்டு அமைந்திருந்தபோதிலும் பிறந்தவர்களெல்லாம் தமக்கான புகழ்மிக்க வாழ்வியல் சுவடுகளைப் பதித்துச்செல்லவில்லை. திருவள்ளுவர் வாழ்ந்த காலத்து மனிதர்கள் எத்தனை பேர்? இளங்கோவடிகள் சீத்தலை சாத்தனார் காலத்து மனிதர்கள் எத்தனை பேர்? நாம் எல்லோரையும் அறியமுடியவில்லையே! "பத்தோடு பதினொன்று அத்தோடு நீ ஒன்று" என்று வாழும் வாழ்க்கையைப் புறக்கணித்த சிலர் இவ்வுலகத்தில் தன்னுடல் மறைந்தாலும் தன் புகழுடலை விட்டுச்சென்றுள்ளனர். புறநானூறு,

"மன்னா உலகத்து மன்னுதல் குறித்தோர்
தம்புகழ் நிறீஇத் தாமாய்ந்தனரே"

என்று சுட்டும். இவ்வுலகத்திலே நிலைபெறக் கருதியவர்கள் தம் புகழை இங்கே நிறுத்தித் தாம் இறந்தனர் என்பது இதன் பொருள்.

மண்விடுதலை அடைந்த பின்னரும் மனிதர்களின் முழு விடுதலைக்காகப் பாடுபட்டவர்களில் இடதுசாரி சிந்தனையுடைய தோழர்கள் பலர். அவர்களில் குறிப்பிட்ட சிலர் கலை இலக்கியத்தை ஆயுதமாக ஏந்தி சமநிலையற்ற இச்சமூகத்தை திருத்தி சமன் செய்ய முற்பட்டனர். நாம் பல்வேறு துறைகளில் முன்னேற்றம் அடைந்து விட்டதாக பிரகடனப்படுத்திக் கொண்டிருக்கும் இன்றைய சூழலிலும் சாதியின் பெயராலும், மதத்தின் பெயராலும் அரங்கேறும் கொடுமைகளை அன்றாடம் ஊடகங்களில் பார்த்துக்கொண்டுதான் இருக்கின்றோம். சாதிமறுப்புத் திருமணங்கள் செய்துகொண்ட இளம் தலைமுறைகள் ஆதிக்கசாதியினரால் கொல்லப்படுவதையும், ஏழை எளிய ஒடுக்கப் பட்ட பெண்கள் வன்புணர்வுக்கும் கூட்டுப்பாலியல் கொடுமை களுக்கும் ஆளாவதும் இன்றும் தொடர்ந்துகொண்டுதான் இருக்கிறது.

நாட்டு விடுதலைக்குப் பின்னான காலக்கட்டத்தில் சாதியக் கொடுமை என்பது கிராமப்புறங்களில் வேரூன்றிக் கிடந்தது. தீண்டாமை தலைவிரித்தாடிய அக்காலக்கட்டத்தில் களப்போராளிகளாக நின்று

அவர்களின் முன்னேற்றத்திற்காகப் பாடுபட்டவர்களில் குறிப்பிடத் தகுந்தவர்கள் தோழர் ஆர்.இராதாகிருஷ்ணமூர்த்தி, இன்குலாப், கே.ஏ.குணசேகரன் போன்றோர் ஆவர்.

தோழர் ஆர்.இராதாகிருஷ்ணமூர்த்தி பொதுவுடமை இயக்கத்தில் தன்னை இணைத்துக்கொண்டு ஒரு சமூகப்போராளியாக விளங்கியதோடு மட்டுமல்லாமல் தோழர் பி.சீனிவாச ராவ் போன்றோரின் முயற்சியால் வளரத்தொடங்கிய நியூ செஞ்சுரி புத்தக நிறுவனத்தின் பொறுப்பினை ஏற்று அதனுடைய இமாலய வளர்ச்சிக்கு அடித்தளமிட்டார். ஒடுக்கப்பட்ட மக்களுக்காகப் போரடிய இன்குலாப்பினுடைய களத்தில் பிறந்த கவிதைகள் ஈட்டி முனையைவிடக் கூர்மையானவை.

“செருப்பணிந்து கொண்டு
தெருவில் வராதே என்பவனின்
தோலை உரித்துச்
செருப்பாக்கிக் கொண்டு
திமிர் நடை போடுவோம்”

இதுபோன்ற இன்குலாப் கவிதைகள் ஆதிக்க சக்திகளுக்கு எதிரான போர்ப் பறையாக முழங்கியது. இவருடைய ‘மனுசங்கடா நாங்கள் மனுசங்கடா’ எனும் பாடலை மேடையில் மக்கள் கலைஞர் கே.ஏ.குணசேகரன் அவர்களின் குரல் வழி வெளிப்படும்பொழுது அரங்கமே போர்க்களமாக மாறும் என்கிறார் பேரா. இரா.காமராசு.

வலியைச் சொல்லக் கேட்பவரைவிட அதை அனுபவிப்பவருக்கே அதன் வீரியம் தெரியும். அவ்வகையில் சாதியத்தால் நடந்த கொடுமைகளை அனுபவித்தவர் கே.ஏ.குணசேகரன். அதனால்தான் அனுபவத்தின் வழியாக உண்மை நிகழ்வுகளை மையமிட்டு நாடகங்களையும், மக்களிசைப் பாடல்களையும். வாழ்க்கை வரலாற்றையும் தரமுடிந்தது. தனக்கு நிகழ்ந்தது, பிறருக்கு நிகழக்கூடாது எனும் வைராக்கியத்தோடு கலையைப் போர்வாளாக ஏந்திக் களமாட முடிந்தது.

ஜெயகாந்தன், எஸ்.பொ., சா.கந்தசாமி. கி.ரா. போன்றோர் இடதுசாரி சிந்தனையில் ஈடுபாடுகொண்டு புனைகதை இலக்கியத்தை ஆயுதமாகக் கொண்டு பழைய மரபார்ந்த கட்டமைப்புகளை உடைத்து ஏழை, எளிய மக்களின் வாழ்வியலைக் களமாக அமைத்து அவர்களது வாழ்வியல் சிக்கல்களை வெகுசன மக்களிடம் கொண்டு சென்று பல மாற்றங்களை விளைவித்தனர்.

தமிழ் இலக்கியத்தை ஆங்கிலத்தில் மொழிபெயர்த்து உலக இலக்கியமாக மாற்றும் முயற்சியில் தன்னை ஈடுபடுத்திக்கொண்ட

டாக்டர் கே.எஸ்.சுப்பிரமணியன், தமிழ் இலக்கியக் கவிதை மரபை உடைத்து புதுக்கவிதைகளில் புதுமைகளைச் செய்த நா.காமராசன், மார்க்சியத்தையும் ஈழ விடுதலையையும் இரு கண்களாகக் கொண்டு, செங்கொடியைத் திரையில் காட்டுவதற்காகவே சினிமாவிற்குச் சென்று, கருத்தாழ மிக்க படங்களைத் தந்து அதிர்வை ஏற்படுத்திய இயக்குநர் ஜனநாதன், பாடகர், வீதி நாடகக் கலைஞர், ஒயிலாட்டக் கலைஞர் எனப் பன்முகத் திறன் கொண்டு கலைக்காகவும், கலைஞர் களுக்காகவும் உழைத்த தோழர் பொ. கைலாசமூர்த்தி, தோற்பாவைக் கூத்தின் நுட்பங்களையும், சிற்பக்கலையின் வடிவமைப்புகளையும் இணைத்து நவீன ஓவியமாக்கிய ஓவியக் கலைஞர் வீரசந்தானம் போன்றோரும் கடலியல் ஆய்வு முன்னோடியாகவும் பன்மொழிப் புலமையும் பல்துறை பயிற்சியும் பெற்ற பேரா. ந.அதியமான், தமிழ்க்குடிகள் அதுவரை அறிந்திராத கடற்கரைசார் நில மக்களின் புதிய மொழி, வாழ்வியல், பண்பாடு பழக்கவழக்கங்களை தன் புனைகதைகளின் வழி வெகுசன மக்களிடம் கொண்டு சேர்த்த தோப்பில் முகமது மீரான், தன் சிற்றிதழின் மூலம் தஞ்சையில் பல படைப்பாளர்களை உருவாக்கிய சுகன், வண்டல்மண் சார்ந்த உழுகுடிகளின் வாழ்வியலைக் கதைகளின்வழி காட்சிப்படுத்திய சோலை.சுந்தரபெருமாள், பொதுவுடைமைச் சிந்தனையோடு பெண்நிலை உயர்வையும் மனங்கொண்டு புனைகதைகளைப் படைத்த இராஜம் கிருஷ்ணன், இலக்கியவாதியாகவும் இயக்கவாதியாகவும் சுடர்விட்ட சந்திரகாந்தன் என்று மேற்குறிப்பிட்ட 19 ஆளுமைகளுமே தனித்துவமுடையவர்கள். ஒடுக்கப்பட்ட மக்களின் முன்னேற்றத்திற்காக தமிழ் இலக்கியத்தில் பல கட்டுடைப்புகளைச் செய்து அதன் வளர்ச்சிக்காகப் பாடுபட்டவர்கள் குறித்து பேரா. இரா.காமராசு பல இதழ்களில் எழுதிய கட்டுரைகளைத் தொகுத்து நூலாக வடிவமைத்துள்ளது மிக மிகப் பாராட்டுதலுக்குரியது.

இந்நூலில் இடம்பெற்றுள்ள ஆளுமைகளின் செயல்பாடுகள் பற்றி தற்காலத்திலும் வருங்காலத்திலும் இளம் தலைமுறைகள் அறிந்துகொள்வது மிகவும் இன்றியமையாதது. அது சமூக மாற்றத்திற்கு வித்தாக அமையும். பேரா. இரா.காமராசு அவர்களின் சீரிய தமிழ்ப்பணி மென்மேலும் தொடர வாழ்த்துகிறேன்.

முனைவர் பொ. திராவிடமணி
பேராசிரியர்
குந்தவை நாச்சியார் அரசு மகளிர் கலைக்கல்லூரி (தன்)
தஞ்சாவூர்

நன்றியுரை

இவை இரங்கல் உரைகள்தாம். என்றாலும் இவர்கள் தமிழ்ச் சமூக வரலாற்றில் இடம்பெற வேண்டிய கலை இலக்கியவாணர்கள். எனவேதான் இவற்றைத் தொகுத்து நூலாக்க எண்ணினேன்.

இந்தக் கட்டுரைகளை வெளியிட்ட உங்கள் நூலகம், தாமரை, திணை, தமிழர் பெருவெளி, இனிய உதயம், இந்து தமிழ் திசை ஆகிய இதழ்களுக்கு நனி நன்றி.

இத்தொகுப்புக்கு அரிய முகவுரை வழங்கிய எழுத்தாளர், பேராசிரியர், முனைவர் பொ.திராவிடமணி அவர்களுக்கு அன்பும் நன்றியும். தட்டச்சு செய்து உதவிட்ட சி.மகாலெட்சுமி, மெய்ப்புத் திருத்தம் செய்த க.செல்வலட்சுமி, நூலாக்கத்தில் துணை நின்ற ந.பிரகாஷ், சி.தமிழரசன் ஆகியோருக்கு அன்பு.

நூலை குறுகிய காலத்தில் வெளியிட இசைவளித்த எம் ஞானக் கருவூலம் என்.சி.பி.ஹெச். நிறுவனத்தின் மேலாண்மை இயக்குனர் கவிஞர் சண்முகம் சரவணன், பொது மேலாளர் இரத்தினசபாபதி, பதிப்புத் துறைப் பொறுப்பாளர் ப.ரேவதி ஆகியோருக்கும் நன்றி உரித்தாகட்டும்.

தோழமையுடன்
இரா. காமராசு

664, அப்பா குடில்,
பாரதிதாசன் நகர்,
குமரபுரம், மேலவாசல்
மன்னார்குடி - *614014*
9443589189
Kamarasuera70@gmail.com

பொருளடக்கம்

1. அறிவுத் தூதுவர் ஆர். இராதாகிருஷ்ணமூர்த்தி — 11
2. எழுத்துப் போராளி எஸ்.பொ. — 14
3. காட்டாற்று வெள்ளம் ஜெயகாந்தன் — 16
4. காற்றில் கலந்த கலகக்குரல் கே.ஏ.குணசேகரன் — 23
5. செம்பறவையாக எல்லை கடந்த இன்குலாப் — 32
6. அழியா எழுத்து: சாயாவனம் கந்தசாமி — 38
7. டாக்டர் கே.எஸ்.எஸ் எனும் அற்புதம் — 43
8. கி.ரா. எனும் நாட்டார் மரபின் கதைசொல்லி — 48
9. புதுமைக்கனவு கண்ட இரவுப்பாடகன் கவிஞர் நா.காமராசன் — 51
10. ஆய்வாளர்களின் ஆய்வாளர் தொ.ப. — 54
11. வடசேரியிலிருந்து வால்கா வரை... எஸ்.பி.ஜனநாதன் — 58
12. கலைஞர்களின் கலைஞர் பொ.கைலாசமூர்த்தி — 62
13. விடுதலையை வண்ணங்களில் கரைத்த கலகத்தூரிகை வீர சந்தானம் — 64
14. ஒண்ஞாயிறன்னோன் புகழ்மாயலவே... ந.அதியமான் — 67
15. கடலோர மக்களின் கலைக்குரல் தோப்பில் முகமது மீரான் — 71
16. இலக்கிய இயக்கமாக வாழ்ந்த சுகன் — 80
17. வண்டலாய் வாழ்வார்: சோலை சுந்தரபெருமாள் — 83
18. இராஜம் கிருஷ்ணன் நினைவுப் பகிர்வு — 88
19. சகா எனும் சரித்திரம் சந்திரகாந்தன் — 92

அறிவுத் தூதுவர் ஆர். இராதாகிருஷ்ணமூர்த்தி

டில்லியில் நடைபெற்ற பதினொன்றாவது தேசிய புத்தகக் கண்காட்சியில் (ஆகஸ்ட் - 2005) அன்றைய குடியரசுத் தலைவர் அப்துல் கலாம் அவர்கள் தலைமையில் 'புத்தகம் சுமந்து விற்றவர்' என மேற்கோள் காட்டிய பெருமைக்குரியவர். வாழ்வின் பெரும்பகுதியை அறிவுப்பரப்பும் பணியில் அர்ப்பணித்த தோழர் ஆர். இராதாகிருஷ்ணமூர்த்தி 24.12.2010இல் காலமானார். 1924ஆம் ஆண்டு பிறந்த இவர், புகழ்பெற்ற கப்பற்படை போராட்ட எழுச்சியை ஆதரித்து களம் இறங்கியதிலிருந்து (1944) பொதுவுடைமை இயக்கத்தோடு தன்னை இணைத்துக் கொள்கின்றார். சென்னை மாநிலக் கல்லூரியின் மாணவர் இவர். விடுதலைப் போராட்ட காலத்தில் யுத்த எதிர்ப்புப் பிரச்சாரத்தில் ஈடுபட்டதற்காக கைது செய்யப்படுகிறார். தலைமறைவு வாழ்க்கையில் கைது செய்யப்பட்டு வேலூர் சிறையில் இரண்டாண்டு காலம் பாதுகாப்பு கைதியாக சிறை வைக்கப்படுகிறார். தனது 22ஆம் வயதில் 1946 முதல் இந்திய கம்யூனிஸ்ட் கட்சியின் முழுநேர ஊழியர். தொடக்கத்தில் ஜனசக்தி இதழை சென்னை நகர மக்களுக்கு எடுத்துச் செல்வதைப் பணியாக ஏற்றுக்கொண்டார். 1951ஆம் ஆண்டு முதல் மறையும் நாள் வரை நியூ செஞ்சுரி புத்தக நிறுவனத்தின் நிர்வாகியாக இருந்து திறம்படச் செயலாற்றினார். இது இவரின் வாழ்க்கை.

இன்று ஏராளமான புத்தக வெளியீட்டு நிறுவனங்கள், பதிப்பாளர்கள் உள்ளனர். நாள்தோறும் நூற்றுக்கணக்கான நூல்கள் வெளிவருகின்றன. தொழில்நுட்ப வளர்ச்சி பதிப்புத் தொழிலை வணிக நிலைக்கு உயர்த்தியுள்ளது. புத்தகக் காட்சிகள், அரசு நூலக ஆணைகள், வாசிப்பு பரவலாக்கம் ஆகியவை பதிப்பகங்களுக்கும், பதிப்பாளர்களுக்கும் உற்சாகத்தையும், வரவேற்பையும், வளர்ச்சி நோக்கிய உந்துதலையும் தருகின்றன.

ஆனால் ஐம்பது ஆண்டுகளுக்கு முன் உள்ள நிலைமை மிகவும் கவலை தருவதாகவே இருந்தது. சோவியத் அரசின் உதவியோடு மார்க்சிய இலக்கியங்களையும் முற்போக்கு இலக்கியங்களையும் தமிழ்நாட்டின் மக்களுக்குக் கொண்டு சேர்க்கும் பணியினை கம்யூனிஸ்ட் கட்சி மேற்கொண்டது. இந்தியாவின் பிற மொழி களிலும் இப்பணி நடந்தேறியது. தமிழில் இதற்காக உருவாக்கப்பட்ட

நியூ செஞ்சுரி புத்தக நிறுவனம் தோழர் பி.சீனிவாச ராவ் போன்றவர்களின் முன்னெடுப்பால் வளரத் தொடங்கியது.

என்.சி.பி.ஹெச் நிறுவனத்தின் பொறுப்பினை ஏற்ற தோழர் ஆர். இராதாகிருஷ்ணமூர்த்தி சோவியத் அரசின் உதவிகள் நிறுத்தப்பட்ட நிலையில் நிறுவனத்தை உயிரோட்டமான புத்தக இயக்கமாக உருவாக்குவதில் பெரும்பங்கு வகித்தார்.

இன்று நியூ செஞ்சுரி புத்தக நிறுவனம், பாவை பதிப்பகம், அறிவுப் பதிப்பகம், தாமரைப் பதிப்பகம் என குழும நிறுவனங்களாக கிளை விட்டுள்ளது. மூவாயிரத்திற்கும் மேற்பட்ட நூல்கள் அச்சேற்றப் பட்டுள்ளன. பல கிளைகள், நூற்றுக்கணக்கான ஊழியர்கள், உங்கள் நூலகம் எனும் மாத இதழ்... என விரிவடைந்துள்ளது. தமிழகத்தின் பல்வேறு இடங்களில் நூல் காட்சிகள், கல்வி நிறுவனங்களோடு சேர்ந்து நூல் வெளியீடுகள், கருத்தரங்குகள் எனப் புத்தக வாசிப்பு இயக்கமாக்கப்பட்டுள்ளது. தத்துவார்த்த நூல்களோடு பல அறிவுத் துறைகள், கலை, இலக்கியத் துறைகளின் நூல்களும் வெளியிடப் படுகின்றன. கழிந்த பத்தாண்டுகளில் தமிழ்நாட்டில் புத்தக வெளியீடுகள் பல புத்தம் புதிய அணுகுமுறைகளில் நடந்துள்ளன.

அண்ணல் அம்பேத்கரின் படைப்புகள் 37 தொகுதிகள் வெளியிடப் பட்டுள்ளன. அரசின் நிதி உதவி வரும் முன்பே இது சாத்தியமாக்கப் பட்டது மட்டுமல்லாது ஆங்கிலம், ஹிந்தியைத் தவிர தமிழில்தான் முதலில் இது நடந்தது. சிங்காரவேலர். ஜீவா ஆகியோரது படைப்புகள் திரட்டி வெளியிடப்பட்டுள்ளன. சங்க இலக்கியப் பதிப்பு பல மறுபதிப்புகளை கண்டு விட்டது. தொ.மு.சி., நா.வா ஆகியோரது படைப்புகள் தொகுக்கப்பட்டு வருகின்றன. பொன்னீலனின் மறுபக்கம், டி. செல்வராஜின் தோல் முதலிய பெரிய நாவல்கள் வெளிவந்துள்ளன. திறனாய்வு, ஆராய்ச்சி குறித்த முக்கியமான நூல்களும் வெளிவந்துள்ளன.

இவையெல்லாம் என்.சி.பி.ஹெச் நிறுவன வளர்ச்சி மட்டுமல்ல, தோழர் இராதாகிருஷ்ணமூர்த்தியின் நிர்வாகப் பங்களிப்பும் இதிலே அடங்கி உள்ளது.

தோழர் இராதாகிருஷ்ணமூர்த்தி மார்க்சியத்தை தனது வாழ்க்கை இலட்சியமாக வகுத்துக் கொண்டவர். இந்திய கம்யூனிஸ்ட் கட்சிப் பயணத்தில் முன்னணிப் பயணியாகச் செயலாற்றியவர். எளிமையாக வாழ்தல், உறுதியோடு பயணித்தல், தலைமை ஏற்றல், வழிகாட்டல் ஆகிய கம்யூனிஸ்ட்டின் அருங்குணங்கள் கைவரப்பெற்றவர். கட்சி

ஊர்வலங்களில், போராட்டங்களில் உரக்க முழங்கும் தன்மை கொண்ட உயர்ந்த தோழரான இராதாகிருஷ்ணமூர்த்தியின் உள்ளம் அன்பும், கருணையும், ஈரமும் நிரம்பித் ததும்பக்கூடியது. தோழர்கள், எழுத்தாளர்கள், பதிப்பாளர்கள், கல்வியாளர்கள், பேரசிரியர்கள், ஊழியர்கள்... என யாவரிடமும் மிகுந்த தோழமையோடு பழகக் கூடியவர். மற்றவர்களை மதிப்பதன் மூலம் அனைவரின் நன்மதிப்பைப் பெற்றவர். நெருக்கடிமிக்க சூழலில் நிர்வாகியாக இருந்து செயல்படுவதில் ஆக்கமும், குறையும் அவரிடமும் இருந்திருக்கலாம்.

களப்பணிக்கு - அமைப்புப் பணிக்குச் சற்றும் குறையாத முக்கியத்துவம் உடைய அறிவுப் பரப்பும் பணிக்கு ஒரு குறிப்பிட்ட கால கட்டத்தின் அடையாளமாக தோழர் இராதாகிருஷ்ணமூர்த்தி திகழ்கிறார். அவருக்கு நேரடி வாரிசுகள் இல்லை. வளர்ப்புப் பிள்ளைகள் தான் என்றார்கள். அவரின் புகழுக்குரிய உண்மையான வாரிசுகள் என்.சி.பி.ஹெச் நிறுவனமும் அதன் ஊழியர்களும்தான்! இன்று நம்மோடு அவர் இல்லை! ஆனால் அவர் பதிப்பித்த ஆயிரக்கணக்கான நூல்களின் ஒவ்வொரு எழுத்திலும் அவரின் அகமும் முகமும் அடங்கியிருக்கும்!

எழுத்துப் போராளி எஸ்.பொ.

'இலக்கியம் என் ஊழியம், எழுத்து என் தவம்' என்று தன் வாழ்வை அடையாளப்படுத்திய 'எஸ்.பொ' தான் சிந்திப்பதை நிறுத்திக் கொண்டார். 'எஸ்.பொ' என்று அழைக்கப்பட்ட எஸ். பொன்னுத்துரை ஈழத்தில் பிறந்தார். ஈழ வாழ்வின் துயரில் கலந்தார். புலம் பெயர்ந்து நைஜீரியாவிலும், ஆப்பிரிக்காவிலும் பேராசிரியராகப் பணியாற்றினர். ஆஸ்திரேலேயாவில் மகன் பொன். அநுரவுடன் வசித்தவர்; தன் 82வது வயதில் காலமானார். தமிழ்நாட்டில் சென்னை கோடம்பாக்கத்தில் அவர் உருவாக்கிய 'மித்ர' வெளியீட்டகம் நவீன தீவிர இலக்கியத்தின் கூடாராமாக விளங்கியது.

'எஸ். பொ' சமரசமற்ற சிந்தனையாளர். ஓயாது எழுதிய கைகள் இப்போது ஓய்ந்து விட்டன. அறுபது ஆண்டு கால எழுத்து வாழ்வு அவருடையது தமிழிலும், ஆங்கிலத்திலும் ஆழங்கால் கொண்ட அறிவாற்றல் உடையவர். தமிழப் புலமை மரபின் செல்வாக்கும் நவீன தமிழின் வீச்சும் ஒருங்கே அவருடைய எழுத்தில் தென்பட்டன.

'எஸ்.பொ' ஈழ விடுதலைப் போராட்டத்தில் தன் இரண்டாவது மகன் 'மித்ராவைப் பறிகொடுத்தவர். கடல்போரில் 'மித்ர' மாண்டுபோனார். அவர் நினைவாக 'எஸ்.பொ' எழுதிய 'மித்தி' சிறுகதை வரலாற்றுச் சாட்சியம். அவருடைய 'வரலாற்றில் வாழ்தல்' இரண்டு தொகுதிகளாக இரண்டாயிரம் பக்கங்களில் வெளிவந்தது. தமிழ்நாட்டில் திரைப்படப் பாடலாசிரியர் யுகபாரதி, எஸ்.பொ. வாய்மொழியாகச் சொல்ல தான் எழுதிக் கொடுத்ததாகப் பதிவு செய்கிறார். இதில் இலங்கையின் பண்பாட்டு வரலாறு, அரசியல் போராட்டம் ஆகியன நுட்பமாகப் பதிவாகியுள்ளன. இந்திய அமைதிப்படை, இந்திய உளவுப்படை பற்றிய விமர்சனங்களும் இதில் உண்டு. மேலும், எஸ்.பொ. இப்பெருநூலில் ஐந்து கண்டங்களில் தான் வாழ்ந்ததை மட்டுமல்ல, அந்த ஐந்து கண்டங்களின் தனித்துவங்களையும் மிகஅழகாக எடுத்துக்கூறுகின்றார். குறிப்பாக எஸ்.பொ. பேராசிரியராக இருந்த நைஜீரிய வாழ்க்கை அழுத்தம் பெறுகிறது. 'முன்னீடுகள்' என்ற அவரின் பிறிதொரு நூல் 1961 முதல் 2009 வரை அவர் எழுதிய முன்னுரைகளில் தொகுப்பு. இது சமகால இலக்கிய வரலாற்றுப் பதிவாக கருத்தக்கது.

கவிஞர் தமிழச்சி தங்கபாண்டியனும், பா.இரவிக்குமாரும் தொகுத்த 'உறவுகள்' என்னும் நூல் எஸ்.பொ.வின் பன்முக

ஆளுமைக்கு சாட்சியாகத் திகழ்கிறது. இவரின் 'நனவிடை தோய்தல்' யாழ்பாணப் பண்பட்டை வசீகரமான மொழியில் முன்மொழிகிறது. யதார்த்தமும் புனைவும் இவரின் தனித்துவம். 'புத்தாயிரம்', 'தமிழ்துவம்', 'தலைமைத்துவம்' முதலிய பல புதிய சொல்லாளுமை இவரிடம் இருந்து வெளிப்பட்டன.

ஈழத்து, தமிழ்நாட்டு இலக்கியவாணர்கள் பலருடன் நெருக்கமான உறவினை அவர் பேணினார். பல எழுத்தாளர்கள், விமர்சகர்களிடம் கருத்தியல் ரீதியான சண்டைகளையும் நடத்தினார். ஈழச் சூழலில் 'முற்போக்கு' என்பதற்குப் பதிலாக 'நற்போக்கு' என்பதை முன்வைத்தார். கலாநிதி கைலாசபதி போன்றவர்களின் திறனாய்வின் இடைவெளிளைக் கேள்விக்குள்ளாக்கினார். அவர் மார்க்சியர்தான். மார்க்சியத்தை மேலும் வளமுள்ளதாக்கி, விரிந்த அளவில் பயன்பாடுடையதாக்க முயன்றார் என்றே அவரைப் புரிந்துகொள்ள வேண்டியிருக்கிறது. யாரும் தொட அஞ்சிய (தொ.மு.சி போன்றவர்களுக்கு விலக்கு) பாலியலை உளவியல் அழுத்தத்தோடு தன் படைப்புகளில் செய்தார். இவ்வகையில் தீ, சடங்கு, ஆண்மை போன்றவை அதிக விமர்சனங்களை எதிர்கொண்ட படைப்புகள்.

உலக அளவில் தமிழ் தலைமைத்துவம் பெற வேண்டும் என்பது அவரது அவாவாக இருந்தது. எல்லாவிதமான போலித்தனங்களையும் அவர் எதிர்த்தார். நேர்மையாக வாழ்வது, எழுத்துக்கும் வாழ்வுக்கும் வேறுபாடற்றத் தன்மை என்பது எழுத்துக்கும் வாழ்வுக்கும் வேறு பாடற்ற அவரது வாழ்நாள் பின்பற்றுகையாக இருந்தது. மனித உறவுகளைப் பேணினார். மனிதம் ததும்ப வாழ்ந்தார். மனிதர்களைக் கொண்டாடினார். விடுதலை வாழ்வோடு இணைந்தது என்பதைத் தன் வாழ்விலிருந்தே கண்டடைந்தார்.

எஸ்.பொ.வின் படைப்புகளில் அவருடைய 'தேர்;' சிறுகதை பிரபலமானது. 'கேள்விக்குறி' என்னும் அங்கத நூலும், 70களில் கல்கியில் எழுதிய 'கீதைக்கதைகள்' வித்தியாசமானவை. உருவத்தைப் போலவே எண்ணத்திலும் இறுமாந்து நின்றார். ஈழத்தமிழ் இலக்கிய வரலாற்றில் அவருக்கு நிரந்தர இடமுண்டு; தமிழியத்தில் தழைத்த எஸ். பொ 'அடுத்த இலக்கிய தலைமைத்துவம் என்பது புலம்பெயர் இலக்கியவாதிகளிடையே இருக்கிறது' என்றார். இது சர்ச்சைக்குள்ளானது.

கடைசியாக தஞ்சை முள்ளிவாய்க்கால் முற்றத்திலும், கோவை தாயம் கடந்த தமிழ் மாநாட்டிலும் அவரைச் சந்தித்த நினைவுகள் நெஞ்சில் நிழலாடுகின்றன. கம்பீரமிக்க எழுத்துப் போராளியை இழந்து நிற்கிறோம்... அவர் காலம் ஆனார்!

காட்டாற்று வெள்ளம் ஜெயகாந்தன்

எழுத்தாளர் ஜெயகாந்தன் ஒரு கம்யூனிஸ்டாக வாழ்வைத் தொடங்கியவர். தம் வாழ்நாள் முழுவதும் நெஞ்சம் நிறைந்த மனித நேயத்தோடு வாழ்ந்து ஒரு மானிடனாகக் காலமானார், ஜெயகாந்தன் தமிழ் முற்போக்கு மரபின் முன்னத்தி ஏர். எளிமையும், உண்மையும் தான் அழகு என்பதைத் தனது எழுத்தின் மூலம் நிரூபித்தவர். அவரின் சிறுகதைகளும், குறுநாவல்களும், நாவல்களும் சமூக ஒடுக்குதலுக்கும், ஒதுக்குதலுக்கும் உள்ளான விளிம்புநிலை மனிதர்களை மையப்படுத்தின. மனித உணர்வுகளையும், மனித உறவுகளையும் தன் வசீகர எழுத்தால் வாழ்க்கைச் சித்திரங்களாக மாற்றிக் காட்டியவர். அவர் எழுத்து, பேச்சு, பத்திரிக்கைப் பணி, திரைப்பட முயற்சி எல்லாமே புழங்கிய திசையில் போகாமல் புதிய பாதையை உண்டு பண்ணியவை. நடை, உடை, பாவனை எல்லவாற்றிலும் தனக்கென கம்பீரமானதொரு தோற்றத்தை உருவாக்கியவர். எதற்கும் சமரசம் செய்து கொள்ளாத சமரன். தமிழ் உரைநடையில் ஜெயகாந்தனின் பாணி தனித்துவம் மிக்கது. புதுமையானது.

ஜெயகாந்தன் முறையாகக் கல்வி பயிலாதவர். ஆனால் ஆழமாக வாழ்க்கையைக் கற்றவர். அவர் சொல்வது மாதிரி அச்சுக் கோக்கும் போது தலைகீழாக எழுத்துக்களைப் பழகி சரியாகத் தமிழைக் கற்றவர், சித்தரியத்தில் தேர்ந்தவர், வள்ளலாரிடம் நெருக்கமுண்டு. கம்பனில் மூழ்கியவர், ருஷ்யப் பேரிலக்கியங்களில் பரிச்சயமிக்கவர், ஆங்கிலத்தில் பேசவும், எழுதவும் அவருக்கு ஆற்றலிருந்தது. பாரதியில் தன்னைக் கரைத்துக்கொண்டவர். தான் கற்றவற்றைத் தன்னில் உரசி உரசி தனித்துவங்களைப் பெற்றவர் அவர்.

இளம் ஜெயகாந்தன் கம்யூன் வாழ்வில் வளர்ந்தவர். அவரின் ஆளுமை உருவாக்கத்தில் எல்லையில்லாத உலக அன்பை விதைத்த ஜீவாவுக்கும், போர்க்குணமிக்க கலக வித்தை ஊன்றிய பாலனுக்கும், இந்திய அறவியல் மரபை மார்க்சியத்தில் இனம் காட்டிய ஆர்.கே.கண்ணன், எஸ்.இராமகிருஷ்ணனுக்கும் முக்கியப் பங்குண்டு.

தமிழ்ச் சூழலில் எழுத்தாளனுக்கும், எழுத்துக்கும் உரிய மதிப்பைப் பெற்றுத் தந்தவர் ஜெயகாந்தன். தன் வாழ்நாளில் தன் அர்ப்பணிப்பு மிக்க கலாபூர்வமான எழுத்துப் பங்களிப்புக்காக உயரிய விருதுகளையும்

அங்கீகாரங்களையும் பெற்றவர். காந்தியத்திலும், மார்க்சியத்திலும் ஆழ்ந்த ஈடுபாடும், நம்பிக்கையும் கொண்டவர். ஏழை, எளிய சாமானிய மக்களின் மீது பேரன்பும் கரிசனமுமே அவரின் எழுத்தை வெற்றி பெறச் செய்தன. மக்கள் இயக்கத்தின்பாலும், மக்களின்பாலும் அவர் கொண்ட பற்றுறுதியும் நம்பிக்கையும் எதிர்கால எழுத்தாளர்களும், கலைஞர்களும் பின்பற்றத்தக்கவை.

ஜெயகாந்தனின் எழுத்து அதுவரை கண்டு கொள்ளப்படாத மக்கள் திரளை அவர்களின் எல்லாவித அழுக்குகளோடும் அழகுகளோடும் முதல் முறையாக இலக்கியமாக வார்த்தெடுத்தது. நகர, பெருநகர உதிரிப் பாட்டாளிகள், கைவிடப்பட்டவர்கள், காயப்பட்டவர்கள் ஆகியோரை அவரது பேனாமுனை தழுவிக் கொண்டது. தாங்களும் மனிதர்கள்தான். வாழப்பிறந்தவர்கள்தான். எங்களுக்கும் வாழ்க்கை உண்டு என அவர்களுக்கு உணர்த்தியது மட்டுமல்ல; குடிமைச் சமூகத்துக்கு இவர்கள் குறித்த கரிசனத்தையும் ஜெயகாந்தனது இலக்கியப் படைப்புகள் உருவாகியது எனலாம்.

ஜெயகாந்தன் தமிழ்ச் சமூகம் உணர்ச்சிகரமான நிலைகளை உருவாக்கி வைத்திருந்த ஆண் - பெண் உறவு குறித்த மிக இயல்பான மீறல்களை தன் எழுத்துக்கள் வழியே உருவாக்கிக் காட்டினார். காதல், திருமணம், கற்பு, குடும்பம் ஆகியன பற்றிய மிகக் கூர்மையான விமர்சனங்கள் அவரிடம் இருந்தன. ஆணோ, பெண்ணோ தற்சார்போடு இருக்க வேண்டியதை வலியுறுத்தின அவரது எழுத்துக்கள். குறிப்பாக பெண் வாழ்வை நம்பிக்கைகளால் நிரப்பிக் காட்டியவை அவரது இலக்கியங்கள். ஒரு வகையில் தமிழில் பெண்ணிய எழுச்சிக்கு ஜே.கே.வும் ஒரு உந்துசக்திதான்.

அரசியலில், சமூகம் சார்ந்த கருத்துக்களில் அவர் மனசுக்குப் பட்டதை வெளிப்படையாகக் கூறினார். இதில் மாறுபாடுகள் இருக்கலாம். பல விதங்களில் காந்தியையும், மார்க்சையும் ஒருவரில் ஒருவரை இணைப்பது அவரின் அவாவாக இருந்தது. மார்க்சியத்தை இந்த மண்ணிலிருந்து கட்டமைக்க அவர் முயன்றார்.

ஜெயகாந்தன் காட்டாற்று வெள்ளமென தமிழ் இலக்கியப் பெருநிலத்தை வளப்படுத்தியவர். அவர் தீவிரமாக எழுதியவை சுமார் இருபத்தைந்தாண்டுகள். அதுதான் அவரின் சாதனைக் காலம். ஏறக்குறைய இறுதி முப்பதாண்டுகள் அவர் தீராதப் பேச்சிலேயே கழித்தார். தமிழ்ச் சூழலில் ஒழுக்க மதிப்பீடுகளைக் கடந்து அவரது ‘சபை’ அங்கீகரிக்கப்பட்டது. காரணம் அவர் உருவாக்கியிருந்த

'எழுத்தாளன்' என்கிற பாவனை. அவர் இறுதிவரை எழுத்தாளன், கலைஞன் என்கிற கர்வத்தையும் கம்பீரத்தையும் இழக்கவில்லை. தமிழ்ச் சூழலில் சினிமா நடிகர்களுக்கு இணையாக நாயக பாவங்களுடன் கூடிய பிம்பங்களை உருவாக்கி, கட்டிக்காத்தவர் ஜெ.கே.தான். அவர் விடுதலையில் போராட்டத்தின், கம்பீரத்தின் குறியீடு.

ஜெயகாந்தன் தன்னை உருவாக்கிய கம்யூனிஸ்ட் கட்சியை என்றும் விட்டுக் கொடுத்ததில்லை. உலகப் பார்வையையும், சமூகப் பார்வையையும் கம்யூன் வாழ்விலிருந்தே அவர் பெற்றார். "அச்சுக் கலை, எழுத்துக்கலை, பத்திரிகைக் கலை யாவற்றையும் பயிற்றுவித்த கலாசாலை கம்யூனிஸ்ட் காட்சி தான்... அகர முதல எழுத்தெல்லாம் நான் கற்றது ஜனசக்தி பிரஸ்ஸில் அச்சுக் கோக்கும் கம்போஸிங் கேஸ்களில்தான்" என்று பிரகடனம் செய்தவர் அவர். நான் தற்போது கம்யூனிஸ்ட் கட்சியில் இல்லாமல் இருக்கலாம். ஆனால் நான் ஒரு போதும் கம்யூனிஸ்ட் எதிராக மாட்டேன் (You can call me a non - communist, But I can never be an anti - communist) என்பார். இதனை எத்தனை முரண்பாடுகள் நேர்ந்தபோதும் இறுதிவரைக் காப்பாற்றினார்.

ஜெயகாந்தன் எதையும் பார்த்து, கேட்டு, கற்பனை செய்து எழுதியவரல்லர். எழுத்தாளர் பலருக்கும் வாய்க்காதது அவருக்கு அமைந்தது. மிக நெருக்கடியான, தனித்துவிடப்பட்ட வாழ்க்கையை இளம் வயதிலேயே அவர் வாழவேண்டி நேர்ந்தது. "எனது அக்கால நண்பர்கள் அனைவரும் தொழிலாளர்களே. ஓட்டல் தொழிலாளிகள், முடிதிருத்துகிறவர்கள், மரம் அறுப்பவர்கள், சர்க்கார் ஆபீஸ் குமாஸ்தாக்கள், ப்யூன்கள், கான்ஸ்டபிள்கள், கேரளத்தைச் சேர்ந்த செருப்பு தைக்கும் தொழிலாளிகள் ஆகியோர். இவர்களில் சிலரே அரசியலில் நாட்டம் உடையோராயிருந்தனர். இவர்களில் நானே வயதில் இளையவன்" என்பார் அவர். தானே தொழிலாளியாக வாழ்ந்ததும் தொழிலாளர் பலரோடு வாழ்ந்ததும்தான் அவரின் கதைக் களனாகப் பின்னாளில் அமைந்தன. தோழர் இஸ்மத்பாட்ஷா, கவிஞர் தமிழ் ஒளி, எழுத்தாளர் விந்தன், பத்திரிகையாளர் விஜய பாஸ்கரன் போன்றோரின் அறிமுகமும் நெருக்கமும் இவரை அச்சகம், பதிப்பு, பத்திரிக்கை, எழுத்து என்ற சூழலுக்குள் அமைத்திற்று எனலாம். ஜனசக்தி, பிரசண்ட விகடன், சமரன், சக்தி, சரஸ்வதி. மனிதன், சாந்தி, சாட்டை, ஜெயபேரிகை, ஜெயக்கொடி, ஞானரதம், கல்பனா, நவசக்தி உள்ளிட்ட பல இதழ்களில் ஜே.கேவின் பங்களிப்பு இருந்தது. ஆனந்த விகடன் தொடங்கி வெகுஜன இதழ்களின் பிரவேசம் அடுத்து நிகழ்ந்தது. இடம் மாறியது, இதழ்கள் மாறியது, கடைசி வரை

ஜே.கே. மாறவில்லை. யாரும் அவருக்கு முதலாளி இல்லை. தன் கருத்துக்கு, மனதுக்கு ஒத்தவர்களோடு அவர்கள் ஒப்பும்வரை இருந்தார்.

ஜெயகாந்தனின் முதல் கதை 'பிச்சைக்காரன்' *(1950)* பா. சொக்கலிங்கம் நடத்திய 'சௌபாக்கியம்' இதழில் வெளிவந்தது. முதல் தொகுப்பு *1954* ஏப்ரல் மாதம் 'ஆணும் பெண்ணும்' என்ற தலைப்பில் கிட்டு பதிப்பகம் வெளியீடாக வந்தது. ஜே.கே. தன் ஆரம்ப எழுத்துக்களை அவ்வளவாகக் கொண்டாடவில்லை. தன் கணக்கிலும் வரவு வைக்கவில்லை. *1957*இல் 'வாழ்க்கை அழைக்கிறது' நாவலில் தொடங்கி *1986*இல் 'ஜயஜய சங்கர' நாவல் வரை அவரின் எழுத்து பயணம் நெடியது. சுமார் முப்பது ஆண்டுகள் ஜெயகாந்தன் யுகமாக அமைந்தது. கவிதை, சிறுகதை, குறுநாவல். நாவல், திரைப்படம் என்று படைப்பிலக்கியங்கள் ஒருபுறம். அவரின் அ-புனைவு எழுத்துக்கள் படைப்புகளுக்கு இணையான கவனத்தைப் பெற்றன. நினைத்துப் பார்க்கிறேன், மீண்டும் நினைத்துப் பார்க்கிறேன், அரசியல் அனுபவங்கள், கலை உலக அனுபவங்கள், பத்திரிகை அனுபவங்கள் பேட்டிகள், முன்னுரைகள், சபை நடுவே... போன்ற அனைத்தும் விடுதலைக்குப் பின்னான தமிழ்நாட்டின் சமூகப் பண்பாட்டு வரலாற்றுக் களஞ்சியப் பகுதிகள் எனலாம். இவையாவும் அவரின் உரையாடல்களின் நீட்சியாக அமைந்தவை. ஒருவித எள்ளலும், துள்ளலும் அவரிடம் உண்டு. தருக்க அடிப்படையிலான. விவாதங்கள் - வினா - விடைகள் என்பதற்காக அமைந்த அவரின் உரைநடை தமிழுக்குப் புதிது. தமிழ் உரைநடையை செறிவும், நுட்பமும், அழகும் கூடிவரச் செய்ததில் ஜெயகாந்தனுக்குப் பெரும் பங்குண்டு.

ஜே.கே. முற்போக்கு முகாமிலிருந்து தன் எழுத்தைத் தொடங்கினார். அவரின் உச்ச எழுத்துக்கள் யதார்த்தத்தை, சமூக யதார்த்தத்தைப் பிரதிபலித்தன. நவீனத்துவ சாயலுடன் பின்னாளைப் படைப்புகள் ஒருவித இலட்சியவாதமாகச் சுருங்கியதும் உண்டு. அவர் கோட்பாடுகளைப் பற்றிக் கவலைப்படுவதில்லை. "சூத்திரங்களுக்குள் (கோட்பாடுகளுக்குள்) எழுதுவதானால் நீ பண்டிதனாகப் போ. படைப்பு வேறு" எனத் தனக்கே உரிய பாணியில் பேசினார். ஆனால் இலக்கியத்தின் சமூகப் பங்களிப்பை மறுத்தாரில்லை. சோவியத் உள்ளிட்ட உலகப் படைப்புகள் வழியே படைப்பின் தாக்குறவுகளை அறிந்தவராகவே இருந்தார்.

"இலக்கியமும் சமூகமும் நெருங்கிய சம்பந்தமுடையவை. இலக்கியம் என்பது சமூக வாழ்க்கையின் சாசனம் என்று நினைக்கிறேன்.

அது வாழ்க்கையை, வளர்ச்சியை, மேன்மையைப் பிரதிபலிக்கும். அந்த மேன்மையை அழுத்திக் காண்பிப்பதற்காகச் சில எதிர்மறை விஷயங்களை அது தொட்டுச் செல்லும். எதிர்மறையான ஒரு போக்குக்கு இலக்கியம் உதவிகரமாக அமையாது. மனிதரின் மேன்மையையும் வளர்ச்சியையும் பிரதிபலிப்பதும், அழுத்தம் கொடுப்பதுமே இலக்கியத்தின் நோக்கம் என்ற கொள்கையைச் சார்ந்தவன் நான்" என்று மிகச் சரியாகவே இலக்கியத்தின் செல்வாக்கை அவர் குறிப்பிடுவார்.

மேலும், "என்னை முதலாளித்துவம் பயன்படுத்திக் கொண்டதாகச் சிலர் நினைக்கிறார்கள். அது தவறு, நான்தான் முதலாளித்துவத்தைப் பயன்படுத்திக் கொண்டேன். அந்தக் குதிரையில் ஏறி, அது ஓய்ந்து போகும் வரை சவாரி செய்து அடக்கி அதன் முழங்கால்களை உடைத்தவன் நான்" எனத் தன் பணியை மதிப்பிடுவார். ஜே.கே. இறுதி வரை எழுத்தாளனின் சார்பு நிலையை வலியுறுத்தி வந்தார். நல்ல இலக்கியம் எது? எழுத்தாளன் யார் என்கிற கேள்விக்கு விடையளிக்கும் போதெல்லாம் இதனை வலியுறுத்துவார். "எழுத்தாளனுக்கு Social Consciousness வேண்டும். எதைப் பற்றி எழுதுகிறோம் என்ற பிரக்ஞை. வேண்டுமல்லவா? அது தான் சமுதாயப் பிரக்ஞை. நீங்கள் எழுதுவது உங்கள் காலத்துக்குப் பிறகும் இந்தச் சமூதாயம் காப்பாற்றி, படிக்கப் போகிறது. அதற்கு ஏற்ப நாம் எழுதப் போகிறோம் என்ற நினைப்பு தான் இந்த Consciousness. அதுதான் நல்ல இலக்கியத்துக்கு அடையாளம். சமூகம் எக்கேடு கெட்டால் என்ன என்று எழுதுகிற கலைஞனை சமூகம் மிதிக்கும். அவனைப் பற்றி சமூகத்துக்கு என்ன கவலை? சமுதாயப் பிரக்ஞை இல்லாத இலக்கியமே கிடையாது" என்று சற்றுக் கடினமாகவே வலியுறுத்திப் பேசுவார்.

ஜெயகாந்தன் தன்னைச் சுற்றிப் பல புதிர்களை அனுமதித்தார். அவரின் நடத்தை, எதிர்வினை, சீற்றம் ஆகியன குறித்து ஏராளம் கதைகள் உண்டு. அவற்றை அவர் ரசிக்கவும் செய்தார். மடம் என்றும் சபை என்றும் சுட்டப்பட்ட அவருக்கான நண்பர்கள் 'உவப்பத் தலை கூடுதல்' தனித்த ஒன்று, அச்சபையில் அவரே தலைவர், நாயகர். அவரை உள்ளும் புறமும் உள்வாங்கிய நட்புச் சுற்றம் அவருக்கும் வாய்த்தது. இராமன் இருக்குமிடம் அயோத்தி என்பது மாதிரி அவர் இருக்கும் இடத்துக்கு சபை நகரும். பயணங்களில், கூட்டத்திற்குச் செல்லுமிடங்களில் சபை முளைக்கும். புது இடம், சூழல்... எக்கவலையுமின்றி ஜே.கே.யின் வீட்டு மாடி போல போகிற இடங்கள் ஆகிப்போகும். தீராதப்பேச்சு, அவரின் கட்டற்ற சிந்தனைகள்

அரங்கேறும் இடம் அது. கிரேக்க ஞானிகள், தமிழ்ச் சித்தர்கள், இஸ்லாமிய சூஃபிக்கள் போல ஜே.கே.யை இச்சபை உருவாக்கிற்று.

ஜே.கே. சமரசமற்று கருத்துரிமையைப் போற்றியவர். தமிழ்ச் சூழலில் பல அதிர்ச்சிகரமான விவாதங்களை அச்சமின்றி நடத்தியவர். வெகுஜன முன் வைப்புகளுக்கு எதிரான சண்டமாருதமென முழங்கியவர். அவர் ஒரு தேர்ந்த வழக்கறிஞர் போல பேச்சிலும் எழுத்திலும் தன் தரப்பு நியாங்களை அடுக்குவார். வள்ளலாரிடத்தும், சித்தர்களிடத்தும் அவருக்குத் தாக்கம் இருந்தது. கம்பனை ரசித்து விவாதிப்பார். ஒருவித ஆன்மத் தேடலுக்கு இலக்கானதும் உண்டு.

இலக்கியத்தில், சமூக விசயங்களில் தீவிரமான சார்பு நிலையை மேற்கொண்டார். நெருக்கடி நிலை, திராவிட இயக்கம், ஈழம், சங்கர மடம், பின்னாளில் உலக மயம் (அமெரிக்கா), சமஸ்கிருதம் போன்ற வற்றில் அவரின் நிலைப்பாடுகள் விமர்சனத்துக்கு உரியன.

ஒரு எழுத்தாளர் தீவிர எழுத்தில் இருந்து ஒதுங்கிப் பல்லாண்டுகள் கழித்தும் தனது இருப்பை நிலைநாட்டிக் கொண்டது என்பது ஜே.கே.வுக்கே பொருந்தும். ஜெயகாந்தனால் நேரடியாக ஒரு படைப்புப் பரம்பரை உருவாகாவிட்டாலும் அவரின் தாக்கத்தால் எழுத வந்தவர்கள் பலர். தீவிர வாசகர்களானவர்கள் பலர். குறிப்பாகப் பெண்களை, நடுத்தர வர்க்கத்தை பழைய வரலாற்றுக் கற்பனைக் கதைகளில் இருந்து மீட்டு, நடப்பு வாழ்க்கைச் சாளரங்களைத் திறந்து காட்டியவர் ஜே.கே. எனலாம்.

ஜே.கே. வாழ்க்கையைக் கொண்டாடியவர். ஏதன் பொருட்டும் தற்கொலைகள் கூடாது என வலியுறுத்தியவர். நம்பிக்கை, வாழ்க்கை மீதான தீராப்பற்று ஆகியவற்றைத் தன் படைப்புகளில் விதைத்தவர். வாழ்க்கை என்பது தட்டையானது அல்ல. அது ஒரு கலைடாஸ்கோப் என்று மெய்ப்பித்தவர். புயல், சிங்கம், சிறுத்தை, யானை, புரட்சி முதலான பெயருக்கு முன்பின் ஒட்டுக்களை கடுமையாக விமர்சித்தவர். இந்த எல்லா அடைமொழிகளுக்கும் பொருந்தக் கூடியவர் ஜே.கே.

"நேசிக்கத் தெரிந்தவர்கள் நேசிக்க வேண்டும். பதிலுக்கு நேசம் கிடைக்காது. அது கிடைத்தாலும் நெடுநாள் ஒட்டாது. ஆனாலும் நாம் நேசிக்க வேண்டும். நேசிக்க முடியாதவர்கள் பற்றியும், நேசத்தை மறந்தவர்கள் பற்றியும் யோசிக்க வேண்டும். யாரும் நம்மை நேசிக்க வில்லையே என்று வருந்த வேண்டாம். நேசிக்கக் கற்க வேண்டும். நேசிக்கக் கற்பிக்கவும் வேண்டும். இதுவே வாழ்க்கை எனக்குத் தந்த படிப்பினை" என்ற ஜே.கேயின் வார்த்தைகளை வாழ்க்கையாக்குவோம்!

"நாளை என்பது மெய்யல்லவோ - அதில்
நாமிருப்பதொரு பொய்யல்லவோ - எனில்
மீளவும் பிறப்பது அரிதரிது - மண்
மீது நம் சந்ததி மிகபெரிது"

என ஒரு கவிதையில் ஜே.கே. எழுதுவார். மீளப் பிறப்பது அரிதுதான். ஆனால் ஜெயகாந்தனின் சந்ததி மிகப்பெரிது. இங்கும்... எங்கும்... அது வியாபிக்கும்!

காற்றில் கலந்த கலகக்குரல் கே.ஏ.குணசேகரன்

கே.ஏ.ஜி என அறியப்பட்ட டாக்டர் கே.ஏ.குணசேகரன் *(12.05.1955)* சிவகங்கை மாவட்டம், இளையான்குடிக்கு அருகில் மாரந்தை என்னும் சிற்றூரில் பிறந்தவர். தாத்தா மாரந்தை கருப்பன் நாடகக் கலைஞர். தந்தை அழகர் பள்ளி ஆசிரியர். தாய் பாக்கியவதி எட்டாம் வகுப்பு வரை படித்தவர். இந்தப் பின்னணி இருந்தும் சாதியும் வறுமையும் துரத்திய வாழ்வு அவருடையது.

இளமையும் ஈடுபாடும்

"என் இளமைக்காலம் இஸ்லாமிய மக்களோடு தொடர்புடையது. அவர்கள் மிகுதியாக வாழும் இளையான்குடியில் இல்லாத சாதி வேற்றுமை, அதன் இரண்டு கிலோமீட்டர் சுற்று வட்டார கிராமங்களில் விளங்கியதை என் பள்ளி நாள்களில் உணர்ந்தேன். கிராமங்களில் வாழும் சாதி இந்துக்கள் சொல்லிவைத்தாற்போல் கடைப்பிடித்து வரும் தீண்டாமையின் கொடுமைகளைத் தினுசு தினுசாக அனுபவித்த என் இளமைக்கால வாழ்க்கையை அசைபோட்டேன், 'வடு' உருவானது. நான் அனுபவித்த தீண்டாமைக் கொடுமைகளை எழுதிய போதே பல நேரம் எனக்குள் ஆத்திரம் பொங்கியது, சில நேரம் கண்ணீர் மல்கியது. பல சம்பவங்களை வெவ்வேறு சந்தர்ப்பங்களில் என் நண்பர்களிடம் எவ்வாறு சொன்னேனோ அதைப்போலவே எழுத்திலும் விவரித்துள்ளேன்" என தன் 'வடு' என்னும் தன் வரலாறு நூலின் முன்னுரையில் கே.ஏ. ஜி. கூறுவார்.

அவரின் தாயார் சினிமாக் கொட்டகையில் டிக்கட் கிழித்து, விறகு வெட்டி விற்று, புல்லறுத்து அவரையும் குடும்பத்தையும் காப்பாற்றியது, காலை வேளைகளில் ஊறவைத்த புளியங்கொட்டை களைத் தின்று பசியாறியது, வயலிலிருந்து நண்டு, நத்தை பிடித்துச் சாப்பிட்டது போன்றவற்றை அவர் சொல்லும் போது கழிவிரக்கம் கோராத அவரின் - சமூகத்தின் வாழ்க்கையைப் பதிவு செய்வார்.

கே.ஏ.ஜி.யின் வாழ்க்கை போராட்டங்கள் நிரம்பியது. அடிப்படையில் சாதி சமூகமாக உள்ள தமிழ்ச் சமூகத்தில், அவர் தன்னை இன்குலாப் வார்த்தைகளில் "உன்னப் போல அவனப் போல எட்டுச்சாணு உசரமுள்ள மனுசனாக" நிலை நிறுத்திடக் காலமெல்லாம் கடுமையாக உழைத்தார்.

கல்லூரிக் கல்வி வரை கற்றலில் சுமாரான மாணவராகவே அவர் வளர்ந்தார். இளம் பருவம் முதலே இசையிலும், கலையிலும் மிக்க ஈடுபாடு கொண்டிருந்தார். பாடுவதும், நடிப்பதும் அவருக்கு இயல்பிலேயே அமைந்தது.

"எம்.ஏ., படிச்ச பிறகு பி.எச்.டிக்காக கிராமியக் கலையை எடுத்துக்கிட்டேன். கிராமத்துக்குக் கிராமம் சுத்தி கிராமியப் பாடல்களைச் சேகரிக்க ஆரம்பிச்சேன். அவுக பாடல்கள் சிறுசிறு பிரச்சினைகள் - கூலி கொடுக்காததைப் பத்தி சிதறல்களாய் வெளி வரும். கஞ்சிக்குப் படுற கஷ்டமெல்லாம் பாட்டுல சொல்லியிருப்பாங்க. இப்படி எம்.ஏ., படிச்சது, நாடகப் பட்டறையில் இசை அமைச்சது, கிராமியத்துறை ஆராய்ச்சி இவைகள் என்னை மெல்ல மெல்ல கிராமிய இசைத்துறையில் இறுகக்கட்டிவிட்டது." (நடப்பு, ஜூலை 84, நேர்காணல் பா.செல்வபாண்டியன்) என தான் நாட்டுப்புற இசைத்துறையில் கால் பரவியதை கே.ஏ.ஜி. குறிப்பிடுவார்.

உலகெங்கிலும் உழைக்கும் மக்களின் நாட்டுப்புற இலக்கிய கலை, இசை வடிவங்களை கையிலெடுத்தவர்கள் இடதுசாரிகளே. தமிழ்நாட்டில் பேராசிரியர் நா.வானமாமலை நாட்டார் பாடல் சேகரிப்பு, கதை சேகரிப்பு ஆய்வு எனத் தொடங்கி நாட்டார் வழக்காற்றியலைக் கல்விப்புல வட்டாரத்தில் நிலை நிறுத்தினார். பின்னர் அவரின் சிந்தனைப் பள்ளியைச் சேர்ந்தவர்கள் சமூகவியல், வரலாற்றியல், மானிடவியல் புலங்களோடு சேர்ந்த பல்துறைக் கூட்டாய்வுகளை முன்னெடுத்தனர்.

அத்தருணத்தில் நாட்டுப்புறப் பாடல் சேகரிப்பு, பதிவு செய்தல், நூல்கள், ஒலி நாடாக்கள் வெளியீடு என்ற தளத்துக்கு நகர்ந்தது, இளையராஜா வருகையால் திரைப்படத்திலும் செல்வாக்கு பெறத் தொடங்கியது. வெகுமக்களை ஈர்க்கும் நாட்டுப்புற இசை வடிவங்களை காதல், பக்தி, நகைச்சுவை ஆகிய தளங்களில் பலர் மேடைப்படுத்தினர். நடை, உடை, பாவனைகளால் செவ்வியல் தழுவி நின்றனர். 'பொழுது போக்கு' வணிகப் பண்டமாக நாட்டாரிசை நகர்ந்தது. இத் தருணத்தில் தான் கே.ஏ.ஜி அசலான நாட்டுப்புற மக்களின் வாழ்வையும் வலிகளையும் தன் குரல்களில் ஏந்தி வந்தார். த.மு.எ.ச, பு.ப.இ, த.க.இ.பெ, ம.க.இ.க போன்ற இடதுசாரிப் பண்பாட்டு அமைப்பு களோடு தொடர்பிலிருந்தார். சாதி, வர்க்கம் இரண்டின் கோர முகங்களையும் தன் மேடைகளில் தோலுரித்தார்.

மக்களிசைக் கலைஞர்

கே.ஏ.ஜி. பல தளங்களில் செயல்பட்டாலும் அவரை இன்னமும் மக்கள் நிலை பெறச் செய்திருப்பது அவரது கிராமியக் குரலே என்றால் அது மிகையில்லை. அவரது குரல் ஆடம்பரமற்றது. கேட்போரை ஈர்த்து தன் வசமாக்கும் வசீகரம் அவரின் குரலுக்கிருந்தது. சோகம், கழிவிரக்கம், கருணை, பச்சாதாபம் கொண்டு மனமுருகிடச் செய்வது மட்டுமல்ல, வீராவேசத்தோடு தன் மரியாதை பீறிடச் செய்யவும், போர்க்கள முனையில் நிறுத்தவும் அவரின் பாடல்களால் சாத்தியமானது. அவர் உருவாக்கிய 'தன்னானே' கலைக்குழு தமிழ் கூறும் நல்லுலகம் முழுவதும் வலம் வந்தது. தொடக்கத்தில் பல இடங்களில் டிக்கெட் போட்டு நிகழ்ச்சி நடத்ததும் உண்டு. பல அயல்நாடுகளுக்கும் அது சென்றது. கொல்லங்குடி கருப்பாயி, கோட்டைச்சாமி ஆறுமுகம் போன்ற கலைஞர்களைப் பரவலான கவனம் பெறச் செய்தவரும் அவரே. கங்கைபாலன், அழகர்சாமி வாத்தியார் போன்றவர்களும் அக்குழுவில் இடம் பெற்றனர். இன்று பிரபல நாட்டாரிசைக் கலைஞராக விளங்கும் கலைமாமணி சின்னப்பொண்ணுவை அறிமுகப்படுத்தி வளர்த்தெடுத்தவரும் கே.ஏ.ஜி.தான். காஞ்சி அண்ணாசி, கலைமாமணி கைலாசமூர்த்தி, சத்தியபாலன், கலைச் செல்வி, கரகாட்டம் அம்மச்சி போன்ற கலைஞர்கள் அவர் குழுவில் பெருமை சேர்த்தனர்.

நாட்டார் பாடல்களை அதன் மெட்டை எடுத்து அதன் உள்ளடக்கத்தை சமூகம் சார்ந்து மாற்றி அமைத்து அவர் உருவாக்கிய பாடல்கள் மக்களிடம் மிகுந்த செல்வாக்கைப் பெற்றன. இன்குலாப், பரிணாமன், கந்தர்வன், தலித் சுப்பையா ஆகியோர் பாடல்களோடு அவரும் பாட்டு கட்டிப் பாடினார்.

"அய்யா வந்தனமுன்னா வந்தனம்
வந்த சனமெல்லாம் குந்தனும்"

எனத் தொடங்கி பறையும், தவிலும், உருமியும், உடுக்கையும், நாயனமும் அதிர இசைக்கும் அவரது மேடைத் தொடக்கம் அபாரமானது. சாப்பறையாக இருந்த பறையிசையை போர்ப்பறையாக மாற்றியதில் கே.ஏ.ஜி.க்கு பெரும்பங்குண்டு. தஞ்சாவூர் ரெட்டிப்பாளையம் ரங்ராஜான் குழுவினரை அயல்நாடுகளுக்கெல்லாம் அறிமுகம் செய்தவர் அவரே. கலை நிகழ்வுகளிலும், பொது நிகழ்வுகளிலும் பறையிசை 'மங்கள' இசைத் தொடக்கமாக மாறியதும் அவரின் வருகையோடுதான். நாட்டுப்புறக் கலைஞர்கள் குறிப்பாக கரகம்,

குறவன் - குறத்தி பறையாட்டம் முதலிய ஆட்டக்காரர்கள் அரைகுறை கவர்ச்சி ஆடைகளில் மேடையில் தோன்றுவர். இதனை மாற்றியமைத்ததில் கே.ஏ.ஜிக்கு முக்கியப் பங்குண்டு.

"முக்காமொழம் நெல்லுப்பயிரு
முப்பதுகெஜம் தண்ணிக்கெணறு
நிக்காமத்தான் தண்ணியெடுத்தேன்
நெல்லுப் பயிரும் கருகிப்போச்சு..."

"ஏழஞ்சு வருசமாக என்னத்தக் கண்டோம்
ஏருபுடுச்சு பாடுபட்டு எதத்தாங் கண்டோம்"
"அம்மா பாவாடை சட்டைகிழிஞ்சு போச்சுதே
பள்ளிக் கூடப் புள்ளயெல்லாம் கேலி பேசுதே"

"மக்கள் வாழும் மண்ணகம்
சூரிய சந்திர விண்ணகம்
அணுயுத்தம் நம்மை அழிப்பதா
பூமியின் கர்ப்பகம் கலைப்பதா?"

"வெள்ளக்காரங்க ஆண்டபோதும் அரிசனங்க நாம் - இப்ப
டெல்லிக்காரங்க ஆளும் போதும் அரிசனங்க நாம் - இவங்கள
கூண்டோட ஒழிச்சாதான் அரிசனங்க நாம்"

"தொட்டாலே தீட்டுப்படுமாம் - நாங்க
தொடாத பொருள் எதுவாம்
பார்த்தாலே பாவதோசமாம் - நாங்க
பார்க்காத காட்சி எதுவாம்"
"பத்துதல இராவணன ஒத்த தல ராமன் வென்றான்
மொத்தத்துல வீரம் வேணும் சுடலைமாடா"

"ஒத்தமாடு செத்துப் போச்சு
ஒத்தமாடு நோஞ்சலாச்சு
ஒத்தமாடு வாங்கிவரப் பத்துப் பேர
கேட்டுப் பார்த்தேன் கடன் கிடைக்கலியே"

இப்படி அவரின் கோபம் கொப்பளிக்கும், சமூக அவலங்களுக்கு எதிராக கிளர்ந்தெழச் செய்யும் பாடல்கள் ஏராளம்.

'ஆக்காட்டி ஆக்காட்டி எங்கெங்கே முட்டையிட்ட', 'வாகான ஆலமரம் விழுது பதினாயிரம் கோடி பெறும்' போன்ற அழகிலும், குறியீட்டுணர்வும் அமைந்த பாடல்களும் அவரை அடையாளப்படுத்தும்.

மேடையில் ஒருவித எள்ளலும், பகடியும் அவருக்கு உடன் வருவன. "காருபோட்டு ஓடி வந்து கையெழுத்து, சலாம் போட்டு ஓட்டு கேட்டு வந்தாங்களே இப்ப ஒருத்தனையும் காணலயே", 'விதவிதமா மீசை வச்சே... உன் வீரத்தை எங்க வச்சே...' 'சின்னஞ் சிறுசெல்லாம் சிகரெட் பிடிக்குது சித்தப்பன் மார்கிட்ட தீப்பெட்டி கேக்குது.' 'கணவன் மனைவி சண்டையில் பெண், 'எடுத்தடி வௌளக்கமாத்த...' என்பது போன்ற பாடல்கள் அந்த இரகம்.

இன்குலாப்பின் 'மனுசங்கடா' பாடல் அவரின் உச்சம். 'நாங்க எரியும் போது எவன் மசிறப் புடுங்கப் போனீங்க...?' என்று கேட்பதானலும், அந்தப் பாடலின் இசையும், கம்பீரமும் ஆயிரமாண்டு அடிமைத்தனத்துக்கு அவர் வைத்த பெருந்தீயாக பிரவகித்து நிற்கும். தோழர் சி.மகேந்திரன் முன்னெடுப்பில் அனைத்திந்திய இளைஞர் பெருமன்றம் வெளியிட்ட 'தன்னானே', எழுத்தாளர் பொன்னீலன் முன்னெடுப்பில் தமிழ்நாடு கலை இலக்கிய பெருமன்றம் வெளியிட்ட 'மண்ணின் பாடல்கள்' மற்றும் 'மனுசங்கடா' ஆகிய பாடல் ஒலிப் பேழைகளும், 'அக்னி ஸ்வரங்கள்', 'தொட்டில் தொடங்கி தொடு வானம் வரை' ஆகிய பாடல் தொகுப்பு நூல்களும் தமிழ்ச் சமூகத்தின் கழிந்த ஐம்பது ஆண்டு கால மாற்றுக் கருத்தியல் கலை வடிவங்களாக எஞ்சி நிற்கின்றன. சமூக மாற்றத்திற்குக் கலைகளின் பங்களிப்புக்கு ஆக்கச் சிறந்த சான்றுகளாக இவை அமையும்.

மாற்று நாடக அரங்கம்

1979 இல் காந்திகிராமியப் பல்கலைக்கழகத்தில் தேசிய நாடகப்பள்ளி சார்பில் நடைபெற்ற நாடகப் பட்டறையில் கே.ஏ.ஜி பங்கேற்கிறார். நடிக்கவும், பாடவும் ஆர்வங்கொண்ட அவருக்கு இது பெரும் ஊக்குவிப்பாக அமைந்தது. அப்பட்டறையில் இரண்டு நாடகங்களுக்கு இசை அமைத்து, பாடி, நடிக்கும் வாய்ப்பு அவருக்குக் கிடைக்கிறது. இயக்குநர் பன்சிகௌல் போன்றவர்கள் தன்னைப் பாராட்டியதாக அவர் நினைவு கூர்வார். அதன் தொடர்ச்சியாக அவர். நாடகத்துறையில் நுழைகிறார். பணி நிலையில் தமிழ்ப் பல்கலைக்கழகத்தின் நீலகிரி - (மலையின மக்கள் ஆய்வு மையம், த.ப.க, உதகை) பழங்குடி மக்கள் ஆய்வு மையத்தில் ஆய்வாளராக இருந்தவர் நாடகத்துறைக்கு மாறுகிறார். பின்னர் புதுச்சேரி மத்தியப் பல்கலைக்கழகத்தின் நிகழ்த்துக்கலைத் துறைக்கு இடம் பெயர்கிறார். பேராசிரியர் சே.இராமானுஜம் போன்றவர்களின் வழிகாட்டல் அவருக்குக் கிடைக்கிறது.

நாட்டுப்புற நிகழ்த்துக்கலைகள், கூத்து மரபிலிருந்து நாடக அரங்கம் குறித்து, வளர்நிலைகள் குறித்து ஆய்வுரைகள் எழுதுகிறார். கூத்துமரபு, நடிப்பு, ஒப்பனை, காட்சியமைப்பு, திரைச்சீலை, மேடையமைப்பு, ஒலி - ஒளியமைப்பு, இசை, நாடக எழுத்து. இவர் எழுதிய கட்டுரைகளின் தொகுப்பான 'நாடக அரங்கம்' அடிப்படைப் பாடநூல் போன்றது. இதோடு இணைத்துப் பார்க்கத்தக்க இன்னொரு நூல் 'பயன்பாட்டுத் தளங்களில் பழந்தமிழர் கலைகள்' என்பதாகும். கலைகளின் சமூக உறவுகள் குறித்து இந்நூல் பேசும். தலித் அரங்கியல், ஒடுக்கப்பட்டோர் அரங்கியல் ஆகிய நூல்கள் மாற்று அரங்கம், மூன்றாம் அரங்கம், மக்கள் அரங்கம் ஆகியவற்றின் தொடர்ச்சியான 'தலித் அரங்கம்' பற்றிய நூல்கள்.

1980களின் இறுதியில் அம்பேத்கரின் நூற்றாண்டையொட்டி உருவான தலித் எழுச்சியின் விளைவாக உருவான தலித் அரசியல் ஆகிய முன்னெடுப்பில் கே.ஏ.ஜி. தன்னை இணைத்துக் கொண்டார். அவரின் 'பலி ஆடுகள்' நாடகம் முதல் தமிழ் தலித்நாடகம் எனவும் அவரின் 'வடு' முதல் தமிழ் தலித் தன்வரலாறு எனவும் அறியப்படும் சிறப்பைப் பெறுகின்றன.

நாட்டார் இசையைப் போலவே நாடகங்களிலும் மக்கள் சார்பையே முன் நிறுத்தினார். சாதி, தீண்டாமை, பெண், அரவாணி, வறுமை, கல்வி, மரபு சார்ந்த சிக்கல்களையே அவரின் நாடகங்கள் பேசின. அவற்றையும் தன் வாழ்விலிருந்தும், சூழலிலிருந்துமே கே.ஏ.ஜி. உருவாக்கினார்.

இசுவு வந்து வாயில் நுரைதள்ளி விழுந்தவனுக்கு உதவி செய்து காப்பாற்றிய மச்சான் முனியாண்டியை 'பரப்பய என்னைய ஏண்டா தொட்டுத் தூக்குன?' என்று கேட்டுப் பஞ்சாயத்துக் கூட்டி, விழுந்து கும்பிடச் செய்யும் ஒரு நிகழ்வை தன் 'வடு' நூலில் கே.ஏ.ஜி குறிப்பிடுவார். இதுதான் அவரின் 'தொடு' நாடகமாக அரங்கேறியது.

பவளக்கொடி அல்லது குடும்பவழக்கு, சத்திய சோதனை, கந்தன் X வள்ளி ஆகிய நாடகங்கள் தொன்மங்களை மறுவாசிப்புச் செய்தவை.

மழி, மாற்றம், பேயோட்டம், அறிகுறி, வரைவு கடாவுதல்... உள்ளிட்ட 18க்கும் மேற்பட்ட நாடகங்களை அவர் படைத்துள்ளார். இவை பல பல்கலைக் கழகங்களில் பாடநூல்களாக உள்ளன.

"திரு.கே.ஏ.குணசேகரன் நாடகக் கலை பற்றி என்னிடம் பாடம் கேட்ட சீடர்களில் ஒருவர். இனியவர், சுறுசுறுப்பானவர், கலைஞர்,

நாட்டுப்புற ஆட்டக் கலையில் பயிற்சியும் திறனும் மிக்கவர், இசைக்கலைத் திறன் மிக்கவர், தேடல் நோக்கமுள்ளவர். எல்லா வற்றிற்கும் மேலாக கபடமில்லா உள்ளத்தைக் கொண்டவர்" என்ற நாடகப் பேராசான் சே.இராமானுஜத்தின் வார்த்தைகள் கே.ஏ.ஜி.யை மதிப்பிட உதவும்.

நாட்டாரியல் ஆய்வுகள்

நிகழ்த்துக்கலைகள், நாட்டார் பண்பாடு, பழங்குடிகள் வாழ்க்கை ஆகியன குறித்து கே.ஏ.ஜி எழுதிய நூல்கள் முக்கியமானவை. நாட்டுப்புற இசைக்கலை, கரகாட்டம், நாட்டுப்புற மண்ணும் மக்களும், நாட்டுப்புற நடனங்களும் பாடல்களும், நாட்டுப்புற நிகழ்கலைகள், தமிழக மலையின மக்கள், நகர்சார் நாட்டுப்புறக் கதைப்பாடல்கள், தமிழ் மன்னரின் மரபுக்கலைகள், சேரிப்புறவியல், இசை நாடக மரபு, பயன்பாட்டுத் தளங்களில் பழந்தமிழர் கலைகள், இசைமொழியும் இளையராஜாவும் முதலிய நூல்கள் தனித்துவமானவை.

இவை மாற்றுப்பண்பாடு குறித்த ஆக்கங்களாகக் கருதத்தக்கவை. கலை - கலைஞர்கள் - வெகு மக்கள் - பண்பாடு என்ற வகையில் முக்கியமானவை. பயன்பாட்டுத் தளத்தில் உருவாக்கப்பட்டவை. நாட்டுப்புற இசை, கலை வடிவங்கள் அவற்றின் சமூகத் தாக்குறவுகள் குறித்து இவற்றில் கே.ஏ.ஜி தனது கருத்தை முன் வைப்பார்.

"நமது நாட்டார் கலை மரபை அதன் ஆன்மாவைச் சிதைக்காது நாம் உள்வாங்கிக் கொள்ள வேண்டும் என்பதே அவரது கருத்தாகவுள்ளது. உழைக்கும் மக்களின் நோக்கில் நாட்டார் கலைகளையும், கலைஞர் களையும் அணுகும் நாட்டார் வழக்காற்றியலர்கள் ஒரு சிலரே இன்று உள்ளனர். அவர்களுள் அன்பிற்குரிய நண்பரும் தோழருமான கரு.அழ.குணசேகரனுக்கு ஒரு சிறப்பான இடமுண்டு" என்ற பேராசிரியர் ஆ.சிவசுப்பிரமணியனின் மதிப்பீடு மிகச் சரியானது.

அடுத்து கே.ஏ.ஜியின் முக்கியப் பங்களிப்பு பழந்தமிழ் நூல்களுக்கு அவர் எழுதியுள்ள புத்துரைகள். உலகத் தமிழாராய்ச்சி நிறுவனத்தின் இயக்குநராகப் பணியேற்றவுடன் அதன் பொருத்தம் கருதி தன் பெயரின் ஆங்கில முதல் எழுத்துக்களை மாற்றி கரு.அழ.குணசேகரன் ஆனார்.

புதிய முயற்சிகள்

பதிற்றுப்பத்துக்கு ஆராய்ச்சிப் புத்துரை எழுதி உலகத் தமிழாராய்ச்சி நிறுவனம் மூலம் வெளியிட்டார். அதில் பாணன், பாடினி,

கூத்தர், விரலி போன்ற கலைஞர்களின் சமூகப் பின்புலத்தை, அரசியல் செல்வாக்காக அழுத்தப்படுத்தினார். நகரும் குடிகள், மிதவைச் சமுகத்தினர் என அடையாளப்படுத்தினார். நியூ செஞ்சுரி புத்தக நிறுவனம் வழி பல நூல்களை வெளியிட்ட அவர், இறுதியாக 'பட்டினப் பாலை மூலமும் ஆராய்ச்சிப் புத்துரை' நூலையும் வெளிக்கொணர்ந்தார். இது சமணப் பார்வையில் அமைந்தது. மரபிலக்கியங்களிலும் தனது ஈடுபாட்டை காட்டும் நோக்கில் இந்நூல்கள் அமைந்தன.

அவரின் இளமைக்கால வாழ்வைச் சொல்லும் 'வடு' பின் காலனிய எழுத்து முறையில் தன்வரலாறாக உள்ளது. தன் பிற்காலக் கருத்தியல் செல்வாக்கு எதுவும் இன்றி அழகாக தன் வாழ்வை தன் சமுகத்தின் ஒரு பகுதி வரலாறாக இதில் பதிவு செய்துள்ளார். திரைப்படத்தில் அவரின் நுழைவு எதிர்பார்த்த கவனம் பெறவில்லை. நாசரின் 'தேவதை' . தங்கர்பச்சானின் 'அழகி' போன்றவையும் பிறவும் நல்ல முயற்சிகள். அவரை இன்னும் கூடுதலாக தமிழ் சினிமா பயன்படுத்தியிருக்க வேண்டும். குறிப்பாக அவரின் பாடல்கள் வீச்சோடு வந்திருக்க வேண்டும்.

புதுவை அரசின் கலைமாமணி விருது, கனடா தமிழ் இலக்கியச் சங்கத்தின் குரிசில் பட்டம், தமிழ்நாடு கலை இலக்கியப் பெருமன்றத்தின் நாட்டார் இசை மேதை விருது உட்பட பல பரிசுகளை, விருதுகளை அவர் பெற்றார்.

தமிழை முறையாக எழுதவும், ஆங்கிலத்தில் பேச, எழுதவும் நிறைய கடின உழைப்பைச் செலுத்தினார். தான் ஈடுபடும் களங்களில் தன் கால்களை ஊன்றச் செய்ய, தன அடையாளம் பேண அவரின் முயற்சியும், உழைப்பும் பின்பற்றத்தக்கது. கவிஞர் மீரா, தோழர் எஸ்.ஏ.பெருமாள் போன்றவர்கள் தொடக்கத்தில் உதவியதை நினைவு கூர்வார்.

கல்விப் புலத்தில் போதிய கவனமும், பணி நிலைகளும் அவருக்கு அமைந்தன. அவர் நம்பி ஈடுபட்ட அமைப்புகளும் அவருக்கு தோழமை காட்டின. எந்த நிலையிலும் மக்கள் சார்ந்த செயல்பாடுகளில் அவர் சுணங்கியதில்லை. கலைஞர்களுக்கே உரிய பலமும் பலவீனமும் அவருக்கும் இருந்திருக்கலாம்.

நீண்ட நாள் நீரிழிவும், சிறுநீரக, இதய அறுவை சிகிச்சைகளும் அவரை அவசரமாய் நம்மிடமிருந்து பிரித்துச் சென்றுவிட்டன.

மார்க்சியராக, அம்பேத்கரியராக, தமிழ்த் தேசியராக மக்கள் கலைஞராக சமூக மாற்றத்தில் அயராது பங்களிப்பு செய்த டாக்டர் கே.ஏ.குணசேகரனின் நினைவுகள் நிலைத்து நிற்கும்.

"குழந்தை உள்ளம் - அதற்குள் கொதிக்கும் அனல்
இளகிய மனம் - அதற்குள் இரும்பான உறுதி
வெட்டப்பட்ட சிறகுகள் - விந்தாண்டிப் பறக்கும் எத்தனம்
எளிமையான பேச்சு - இறுக்கமான கொள்கை"

என ஈழ நாடக அறிஞர் சி. மௌனகுரு கே.ஏ.ஜி.யின் நினைவைப் போற்றுவார்.

சொந்த வாழ்வின் வலிகளில் இருந்து கற்று, தன் சமூகத்தின் நிலை கண்டு மனம் புழுங்கி, சமூக மாற்றப் போர்க்களத்தில் தன்னை முன்னணிக் கள நாயகனாக ஒப்பளித்துக் கொண்டவர் கே.ஏ.ஜி. நம் காலத்தில் வாழ்ந்த ஒப்பற்ற மக்கள் கலைஞர் அவர்.

செம்பறவையாக எல்லை கடந்த இன்குலாப்

மக்கள் கவிஞர் இன்குலாப் விடுதலையின் குறியீடாக வாழ்ந்தவர். கீழக்கரையின் ஓர் ஒடுக்கப்பட்ட இஸ்லாமியக் குடியில் பிறந்த சாகுல் அமீது ஒட்டுமொத்த மானுட விருப்பங்களை நிறைவேற்றிட கவிதையைக் கருவியாக்கிக் களம் கண்டு இன்குலாப் ஆனவர். புரட்சிகர அமைப்புகளின் முழக்கங்களில் 'இன்குலாப் ஜிந்தாபாத்' என்றால் அநீதிக்கு எதிரான ஆவேச உணர்வு பற்றும். தமிழ்ச் சூழலில் போராட்டக் களத்துக்கு வெளியே ஜிந்தாபாத் இல்லாமலேயே இளைஞர்களுக்கு அந்தப் பேருணர்ச்சியை வழங்கிய சொல் இன்குலாப்.

மதுரை தியாகராசர் கல்லூரியில் பயிலும்போதே இந்திய வல்லாதிக்கத்துக்கு எதிராக இந்தி எதிர்ப்புப் போரில் குதித்தவர் இன்குலாப். கா.காளிமுத்து, நா.காமராசன், பா.ஜெயப்பிரகாசம் ஆகியோரோடு இயக்கத்தில் இணைந்தவர்.

வெங்கொடுமை அரசுக்கு வெறிபிடித்த காலம்
வீதிகளில் தமிழ் இளைஞர் பிணங்குவித்த காலம்
செங்குருதி தமிழ்மணந்து தீப்பிடித்த காலம்
திசை எட்டும் தமிழ்முழக்கம் கேட்டிருந்த காலம்

எனப் பின்னாளில் அதனை இன்குலாப் நினைவுகூர்வார். இந்தி அரக்கியைத் தள்ளி ஆங்கில அசுரனை அரியணை ஏற்றிய ஏமாற்றமும், வறிய மக்களின் மீதுள்ள தீராப் பற்றும் அவரை இடதுபக்கம் திருப்பின.

வசந்தத்தின் இடிமுழக்கமென வந்துதித்து இயக்கத்தில் பாட்டாயுதம் ஏந்திப் பயணப்பட்டார். மனிதமும், விடுதலையும்தான் மார்க்சியம் என்ற புரிதலுக்கு வெகுவிரைவில் வந்து சேர்ந்தார். ஒடுக்கப்பட்டவர்களின் ஓலம் கேட்குமிடமெல்லாம் ஆதிக்கச் சக்தி களுக்கு எதிராக அணிவகுத்தார். வியட்நாம், கியூபா, பாலஸ்தீனம், ஈழம் என எல்லா உரிமைச் சமர்களுக்கும் போர்ப்பரணி பாடினார். வெண்மணி, போபால், குளப்பாடி, ஊஞ்சனை, திண்ணியம், கொட்டாங்கச்சி ஏந்தல்... என எல்லாச் சமூகக் கொடுமைகளுக்கும் எதிராக தன் தூவலை உயர்த்தினார். மனித உரிமை அமைப்புகளில் பங்கேற்றார். மரண தண்டனை ஒழிப்பு இயக்கத்தில் முன்நின்றார். சிறியதோ, பெரியதோ தன் காலத்தில் நடந்த நியாயம், நீதி கோரிய

போராட்டங்களில் தன்னையும் இணைத்துக் கொண்டார். இதற்காக அவர் இழந்தவை ஏராளம். காவல்துறையின் விசாரணை, மிரட்டல்கள் அவரை இறுதிவரை துரத்திக்கொண்டே இருந்தன. தன் கருத்தில் ஒருவிதப் பிடிவாதத்துடன் அனைத்தையும் எதிர்கொண்டார். இயல்பிலேயே கனிவு மிகுந்த உள்ளம் கொண்ட அவர், அடக்குமுறை என வந்தால் அதை உக்கிரமாக எதிர்க்கும் ஆற்றல் பெற்றவராகவும் இருந்தது வியப்பு. அவரின் கவிதைகள் களத்திலிருந்து பிறந்தவை. அவையே ஓர் போர்க்களமாக ஆயின.

    எழுதியதெல்லாம்
    மொழிபெயர்ப்புத்தான்
    இளைஞர் விழிகளில்
    எரியும் சுடர்களையும்
    போராடுவோரின் சுழிப்புகளையும்
    இதுவரை கவிதையென்று
    மொழிபெயர்த்திருக்கிறேன்!

என்பார் அவர். நடப்புச் சாதி சமூகத்தை நிராகரித்தார். மதத்தை மறுதலித்தார். ஜனநாயகம் என்கிற பெயரில் நிகழ்ந்த அராஜகங்களைத் தோலுரித்தார். எனவே எதிர்ப்புக் குரலாய் ஆன அவரை எல்லோரும் நிராகரித்ததில் வியப்பில்லை. தன் கவிதைகளின் தகுதிப்பாடு பற்றி அறிந்தே இருந்தார்.

    எதிர்ப்புக்குரலின் வெளிப்பாடு அழகியலுக்கு எதிரானதாக எனக்கு எப்பொழுதும் தோன்றவில்லை. அழகிழந்து போய்விட்ட உலகில், எதிர்ப்புக்குரல் என்பதே அழகைத்தான் தனது உட்கிடைக்கையாக முன் வைக்கிறது எனத் தெளிவாகச் சொல்லுவார். அவரின் கவிதைகளின் உயிர் கருத்தியலாக இருந்தது.

    தடி எடுத்தான் தண்டல்காரன்
    பின்னர் அதைச்
    செங்கோல் என்றான்

என்பதில் உள்ள இந்த அமைப்பு மீதான விமரிசனத்தை வேறு யார் எப்படிச் சொல்லிவிட முடியும்?

    செருப்பணிந்து கொண்டு
    தெருவில் வராதே என்பவனின்
    தோலை உரித்துச்
    செருப்பாக்கிக் கொண்டு
    திமிர் நடை போடுவோம்

என்பதில் உள்ள உக்கிரம் உணர்ந்தால் அன்றி விளங்காது. அவரின் புகழ்பெற்ற 'மனுசங்கடா நாங்கள் மனுசங்கடா' பாடலை மக்கள் கலைஞர் கே.ஏ.குணசேகரன் முழங்கும்போது மேடையே ஓர் போர்க்களமாய் மாறிவிடும். நடப்புச் சமூகத்தை, மனிதர்களை, நிலவுடைமையின் வேர்களை ஆழ அறிந்தவர் இன்குலாப்.

எல்லோரும் வியக்கும் 'நாங்க எரியும்போது எவன் மசுரப் புடுங்கப் போனீங்க' என்பதைக் காட்டிலும் எதிரியை வன்மப்படுத்தும், வீழ்த்தும் ஒரு வரி உண்டு.

அது

'நாங்க ஊடுபுகுந்தா உங்க மானம் கிழிஞ்சு போகாதா'

இன்றைக்கும் வீடுபுகுதல் என்பதுதான் பல மோதல்களின் ஆணிவேராக இருக்கிறது. எங்கே கைவைத்தால் ஆதிக்கத்தை அசைக்க முடியும் என்பதை மிகச் சரியாக இப்பாடலில் செய்துவிடுகிறார்.

ராஜமகேந்திர சதுர்வேதி மங்கலம், ஸ்ரீராஜராஜேச்சுவரியம் ஆகிய இரண்டு கவிதைகளும் சோழர் காலம் பொற்காலம் என்ற மாயைத் தகர்த்த நா.வானமாமலை, மே.து.ராசுக்குமார் ஆய்வுகளிலிருந்து எழுந்தவை. இக்கவிதைகள் அதுவரை சோழர் புகழ்பாடி, அதன் தொடர்ச்சியை தங்களில் காட்டி, கட்டி ஆண்டவர்களை அதிர்ச்சிக் குள்ளாக்கியதில் வியப்பில்லை. ஆளும் கட்சியும், எதிர்க் கட்சியும் சட்டமன்றத்தில் சேர்ந்து நின்று பாடநீக்கம் செய்த கதை இன்குலாப்பின் மேற்படி கவிதைகளுக்கு நிகழ்ந்தது. எழுத்துரிமைக் காவலர்கள்கூட வாய்மூடி மௌனம் காத்த வரலாறு இதற்குண்டு.

சொல்வோம்
ஆயிரம் ஆண்டுகளாக
அழுகை
மொழி மாற்றிக்
கொண்டதில்லை
ஆத்திரமும் கூடத்தான்.
கண்ணீர்
நிறம் மாற்றிக்
கொண்டதில்லை
ரத்தமும் கூடத்தான்.

எனக் அக்கவிதை முடியும். யுத்தம் தொடரும் என்பதை இதைவிட எப்படிச் சொல்வது?

தமிழ்ச் சமூகத்தில் கழிந்த ஐம்பது ஆண்டுகளில் நிகழ்ந்த எல்லாவித ஒடுக்குமுறைகளையும் தன் கவிதைகளில் இன்குலாப் பதிவு செய்துள்ளார். அவரே சொல்கிறார். ஒரு கவிதை அதற்குரிய கலை நியாயங்களுடன் இயங்க வேண்டும் என்பதில் எனக்கு உடன்பாடு உண்டு. என் படைப்புகள் பல அரசியல் நிகழ்வுகளின் உடனடி கவிதைப் பதிவுகளாக இருந்தன. எனது அரசியல் பங்கேற்பின் முக்கியமான மையமாக எனது கவிதை இருந்துவந்துள்ளது.

இப்படி அரசியல் நடவடிக்கையாக அவர் கவிதைகள் அமைந்தாலும் அவரிடம் அழகியல் உணர்வு இயல்பாக அமைவதை பல படைப்புகளில் காண முடியும்.

பவுர்ணமி இரவின் படகுக்காரரே
நதிநுரை அலைக்கும் நாணற்புதர்களை
விலக்கிச் செல்கையில் மெதுவாகச் சொல்லுங்கள்
வழியில்
தண்ணீர் வாத்துக்கள் அடைகாத்த
முட்டைகள் கிடைக்கலாம்
கால்கள் மோதிவிடாதிருக்கட்டும்

சங்கக் கவிதைகளுக்கு இணையாக அக உணர்வை வெளிப்படுத்தும் அழகுக் கவிதை இது. இப்படிப் பல கவிதைகள் அவரிடமுண்டு.

கவிதைகள் மாதிரியே அவரின் கட்டுரைகளும் ‘ஆனா’, ‘எதிர் சொல்’ ஆகிய தொகுப்புகள் எதிர் அரசியலை, கலக அரசியலை முன்வைக்கின்றன.

இன்குலாப் சிறுகதைகளும் எழுதினார். ‘பாலையில் ஒரு சுனை’ அற்புதமான தொகுப்பு. இதில் உள்ள சிறுகதைகள் மனித உறவுகளை, உணர்வுகளை நுட்பமாகச் சொல்பவை, தோழமை போன்ற கதைகள் அழகியல் தன்மையில் மேலோங்கியவை.

இன்குலாப்பின் தனித்தன்மை மிக்கப் பங்களிப்புகள் அவருடைய நாடகங்கள். மரபிலக்கியங்களை மறுவாசிப்பு செய்து அவர் உருவாக்கிய நாடகங்கள் மேடையிலும் மிகுந்த வரவேற்பைப் பெற்றன. ‘ஔவை’ பல்கலைக்கழகங்களில் பாடத்திட்டத்தில் இருந்துள்ளது. நாடகக் காரர்களை விடவும் நாடக உருவாக்கத்தில் கவிஞர் இன்குலாப்பை பாராட்டுவோர் உண்டு. இவரின் ஔவை, குறிஞ்சிப்பாட்டு, குரல்கள், மணிமேகலை போன்றவை நவீன நாடக வரலாற்றில் முக்கியத்துவம் வாய்ந்தவை.

இஸ்லாம் சமயத்தில் பிறந்த அவர் அதன் பழைமைத் தன்மை களிலிருந்து விலகி நின்றார். விமர்சிக்கவும் செய்தார். கீழக்கரையின் மகிமையான பேய்விரட்டுதல் போன்றவற்றைக் கண்டித்தார். இஸ்லாத்துள்ளும் மேல், கீழ் இருப்பதை, வர்க்கபேதத்தைச் சுட்டியதால் சொந்த மதத்தவரால் நெருக்கடிக்குள்ளாக்கப்பட்டார். அவர் அதைப்பற்றிக் கவலைப்படவில்லை. அதே வேளை மத நம்பிக்கையாளர்களை ஒருபோதும் அவமதிப்பு செய்ததுமில்லை.

ஒருமுறை நெருங்கிய நண்பர்கள் அவரிடம் கேட்டார்கள். 'நீங்கள் கடைசியாகப் பள்ளிவாசல் போனது எப்போது?' என்று.

'என் தாயாரின் மறைவின்போது அவர் நம்பிக்கையை புறந்தள்ளக் கூடாது என்பதற்காக!' என்றார்.

'எப்படியிருந்தாலும் ஒருநாள் நீங்கள் பள்ளிவாசலுக்கு வருவீர்கள்' என்றார்கள் நண்பர்கள்.

இன்குலாப் மௌனமாக சிரித்துக் கொண்டார். அந்த மௌனமும், சிரிப்பும் அவரது உடல் செங்கல்பட்டு மருத்துவக் கல்லூரி மருத்துவமனைக்கு ஈகையாக வழங்கப்பட்டபோது ஒரு கொள்கை வீரனின் வாழ்க்கை வரலாறாக மாறியதை உணர முடிந்தது. கல்லறை வரிகளை கவிதைகளாக இன்குலாப் எழுதினார். தன் கல்லறைக்கு என கவிதைகளில் சொன்னது:

மரணம் தழுவிய மக்கள் எல்லார்க்கும்
கல்லறை எழுப்பும் கவுரவம் வரும்வரை
சாம்பலும் தூசும் என் கல்லறைகள்
உங்கள் நினைவுகள் என் கல்லறை வரிகள்!

இந்த இடத்தில்கூட சக மனிதனை எண்ணியவர். அதனால்தான் அவர் கல்லறைக்குச் செல்லாமல் மருத்துவர்களின் கருவறையாகிப் போனார்!

வாழ்க்கைக்கும் வார்த்தைக்கும் இடைவெளியற்ற மனிதர் இன்குலாப். அன்பு, பிரியம், பாசம், நட்பு, தோழமை... எத்தனை வார்த்தைகள் சொன்னாலும் பொருந்தும் நெஞ்சுகொள்ளா மனிதநேயம் அவருடையது. பிறருடன் ஒப்பிடமுடியா தோழமை அவருடையது. அவருக்கு அதிகாரப் பீடங்களைத் தவிர்த்த தனிமனிதப் பகை யாரோடும் கிடையாது. பகைவர்க்கும் அருள்வாய் என்பதான நன்னெஞ்சம் வாய்க்கப்பட்டவராக அவர் இருந்தார். பிறப்பில் இஸ்லாமியராகவும், வாழ்வால் தூய கம்யூனிஸ்டாகவும் இருந்தது

அவரின் பலமும் பலவீனமுகமாகப் பார்க்கப்பட்டது. கல்விச் சாலையில் அவரின் படைப்புகள் உரிய அளவில் அங்கீகரிக்கப்படவில்லை. எந்த விருதும், பரிசும் அவரைத் தேடிவரவில்லை. அப்படி வந்தாலும் ஏற்கும் நிலையில் அவர் இல்லை. கம்பீரத்தோடு வாழ்ந்தார். அவரின் இலக்கிய வாரிசுகள் இடதுசாரி முகாமில் ஏராளம். குடும்பம் வாரிசுகளும் அவரின் கொள்கைக்கு மாறு நினைத்தில்லை. மகன் இன்குலாப் அவரின் இன்னொருமுகம். மகன் செல்வம் சாதி, மத, மறுப்புத் திருமணம் செய்தவர். மகள் டாக்டர் ஆமீனாபர்வீன் தமிழ்நாட்டின் நெருடாவை, மாயாகோவ்ஸ்கியை, ரசூலை (எங்கள் இன்குலாப்பை) காத்தவர். கொள்கையாளர்களுக்கு இப்படியெல்லாம் குடும்பம் வாய்ப்பது அபூர்வம்.

இன்குலாப் மறையவில்லை. ஒவ்வொரு புல்லையும் பெயர் சொல்லி அழைப்பேன், பறைவைகளோடு எல்லை கடப்பேன் என்றவர், செம்பறவையாக என்றென்றும் மனிதம் என்றொரு பாடலை இசைக்க உயரே உயரே பறந்து கொண்டிருப்பார்!

அழியா எழுத்து: சாயாவனம் கந்தசாமி

ஒன்றுபட்ட தஞ்சையின் காவிரி தீரத்தில், 1940 ஜூலை 23இல் ஓர் வேளாண் குடும்பத்தில் பிறந்தார். வேளாண்மையும், நெசவும் செழித்த மயிலாடுதுறை - கூறைநாடு அவரது பூர்விகம். "பூம்புகார் என் தாயார் வீடு, அந்தக் காலங்களில் சீர்காழி, பூம்புகார் போன்ற இடங்களைச் சுற்றியிருக்கிறேன். எங்களம்மா கூட பூம்புகாருக்கு காவேரிக்கரையோரமா நடந்தே போகிற பழக்கம் உண்டு. அங்கு கண்ட இளமைக்கால நினைவுகள் தான் என் கதைகளில் வருகிறது" என்று அவரே தான் பிறந்து வளர்ந்த சூழலைக் குறிப்பிடுவார்.

பள்ளிப்பருவத்தில் சா.கந்தசாமியின் குடும்பம் சென்னைக்குப் புலம் பெயர்ந்தது. வில்லிவாக்கம் சிங்காரம் பிள்ளை மேல்நிலைப் பள்ளியில் பயின்று, பின்னர் சென்னை மத்திய பாலிடெக்னிக்கில் ஆட்டோமொபைல் பட்டயப்படிப்புப் படித்தார். பின்னர் சென்னை குரோம்பேட்டையில் உள்ள எம்.ஐ.டி.யில் பரிசோதனைக் கூடத்தில் முதலில் பணிக்குச் சேர்ந்தார். பின்னர் இந்திய உணவுக் கழகத்தில் பணியாற்றி இணை இயக்குநர் நிலையில் விருப்ப ஓய்வு பெற்றார்.

சா.க. பதின் பருவம் தொடங்கி நூல்களைக் கற்பதில் ஆர்வமுடன் இருந்தார். வெ.சாமிநாதசர்மாவின் நூல்களை விரும்பி வாசித்ததைக் கூறுவர். 1964 தொடங்கி சென்னை கன்னிமரா நூலகத்தின் தீவிர வாசகராக இருந்தார். புத்தக வாசிப்பு போலவே ஓவியம் தீட்டுவதிலும் தொடக்கம் முதலே ஆர்வமுடன் விளங்கினார். பின்னர் சிற்பம், இசை, திரைப்படம், கலைகள் எனத் தன் எல்லைகளை விரிவாக்கினார். தமிழ்ச் சூழலில் இலக்கியத்தைப் பிற நுண்கலைகளோடு சேர்த்து அணுகியவர் அவர். அசோகமித்திரன் திரைப்படத்துறையை எழுத்தோடு இணைத்துப் பார்த்ததைப்போல சா.க. செயலாற்றினார்.

பெரியாரின் தொடர்புறவால் திராவிட இயக்கம், தமிழுணர்வில் சா.க. ஈடுபாடு கொண்டார். என்றாலும், இலக்கியத்தில் தனக்கெனத் தனித்தன்மையை நிலை நாட்டினார். சென்னை நண்பர்களுடன், 'கசடதபற' இதழைத் தொடங்கி நடத்திய அனுபவம் இவரை நவீன இலக்கியத்தில் நிலை நிறுத்தியது. இவர் மௌனியின் தொடர்ச்சியாக தன்னைக் கருதியதுண்டு. சமூகம் சார் சிக்கல்களைக் காட்டிலும், மனித மனம் சார் சிக்கல்களை முதன்மைப்படுத்தினார். இவரது சிறுகதைகள்

வித்தியாசமான களங்களைத் தொட்டது. பாலுணர்வு, மனவிகாரங்கள் பல கதைகளில் மையம் கொண்டன. தன் போக்கில் வாழ்க்கை நிகழ்வுகளை நடத்திக் காட்டியது இவரது எழுத்து.

1960களில் தமிழ் எழுத்துலகில் கலை கலைக்காக, கலை மக்களுக்காக என நிகழ்ந்த விவாதப் புள்ளியில் முகிழ்த்த சா.க.வின் படைப்பு வாழ்க்கை, அவர் இரண்டுக்கும் நடுவாகவும், பாலமாகவும், ஒரு விதத்தில் பதிலாகவும், தன் படைப்புகளை அமைத்துக் கொண்டார் எனலாம். எனினும் புரிகிறமாதிரி எழுதுவது, வாழ்க்கையை நுணுகிப் பார்ப்பது, மக்களை, அவர்தம் மொழியைப் பதிவு செய்வது என்பதில் உறுதியாக இருந்தார்.

நிறைய நாவல்கள் எழுதினார், சாயாவனம். அவன் ஆனது, தொலைந்து போனவர்கள், ஏரிக்கரையிலே, எட்டாவது கடல், விசாரணைக் கமிஷன், சொல்லப்படாத நிஜம், வான்கூவர், இன்னொரு மனிதன், ரம்பையும் நாச்சியாரும் போன்ற நாவல்கள் குறிப்பிடத்தக்கவை.

சா.க.வுக்கு முன் அடையாளமாக அமைந்தது 'சாயாவனம்' அவரின் முதல் படைப்பு. இருபது வயதில் எழுதியது. இலக்கிய வட்டம் வெளியீடாக வந்தது. அவரின் ஆகச்சிறந்த படைப்பு இது எனலாம். காவிரிக் கரையோரத்தில் இருக்கும் ஒரு சிற்றூர் வேளாண் வாழ்விலிருந்து தொழிற்கருவி வாழ்வுக்கு மாறுவதை நுட்பமாகச் சித்தரிப்பார். கரும்பாலைச் சக்கரங்களில் அரைபடும் பல்லுயிர்களைக் கவனப்படுத்தினார். வனம் - காடு அழிவில் நாடு வாழுமா? எனும் உள்ளக் குமுறலை சூழலியல் கவனம் பெறாத 1970களில் மையப் படுத்தியது நாவல். நகரம் x கிராமம், வேளாண்மை x தொழிற்சாலை என்ற முரண்கள் பண்பாட்டு நிலவியல் அடையாளங்களுடன் துலக்கம் பெற்றது.

1998-இல் சாகித்திய அகாதெமி விருதுபெற்ற 'விசாரணைக் கமிஷன்' இன்றைய நம் அதிகார வர்க்கம் பற்றிய விசாரணையாக அமைந்தது. ஓர் எளிய குடும்பம் காவல், நீதி, தொழிற்சங்கம், சமூகம் ஆகியற்றால் எப்படி அலைக்கழிக்கப்படுகிறது என்பதை அவரவர் நியாயங்களுடன் வெளிப்படுத்தும் நாவல் இது. மனித உணர்வுகள், ஏழை, எளிய, உதிரிப்பாட்டாளிகள் நிலை ஆகியவற்றை இவர்தம் கதைகள் பிரதிபலித்தன.

எழுத்து மரபும், வாய்மொழி மரபும் இவரின் எழுத்தில் கலந்தன. நாட்டார் வழக்காறுகள் பல இயல்பாக இடம்பெற்றன. "மொழி என்பது அலங்காரமாக இருக்கக்கூடாது என்பது என் கொள்கை.

அண்ணா, கருணாநிதி, லா.ச.ரா இவர்களைப் படிச்சதுனால் ஏற்பட்ட விளைவு, மொழியை அலங்காரமாகப் பயன்படுத்தக்கூடாது என்பது தான்" எனக் கூறிய சா.க. மிக இயல்பான, மிரட்டல் இல்லாத, வாசகனை அரவணைத்துக் கொள்ளும் முறையில் எழுதினார். தன் தோற்றம் போலவே எழுத்தும் பகட்டும் அல்லாததாக இருக்க விரும்பினார். நூற்றைம்பதுக்கும் குறையாத சிறுகதைகள் எழுதிய அவர், அவற்றில் ஆகச்சிறந்த கதைகளையும் தமிழ் இலக்கிய வரலாற்றில் பதித்துச் சென்றார் எனலாம். இரணியவதம், கிழக்கு பார்த்த வீடு, மாயவலி, ஆறுமுகசாமியின் ஆடுகள் முக்கியமானவை.

அனைத்துத் தரப்பிலும் கொண்டாடப்பட்ட அவரின் சிறுகதை 'ஒரு தக்கையின் மீது நான்கு கண்கள்' - மீன் பிடிக்கும் ஒரு தாத்தாவுக்கும், பேரனுக்குமிடையேயான மனப் போராட்டமே கதை. பெரியவர், சிறியவர் என்ற தலைமுறை இடைவெளி நுட்பமாகக் கதையில் வெளிப்படும். புகழ்பெற்ற 'கடலும் கிழவனும்' நாவலின் சிறுதுளிபோல வாழ்வைப் பந்தி வைப்பதில் இக்கதை மிளிர்கிறது.

சா.க. சமகால நிகழ்வுகளை தன் எழுத்துக்களில் வரலாற்றுச் சரடாகப் பதிவிடும் வழக்கம் உடையவர். 'ஆறுமுகசாமியின் ஆடுகள்' சிறுகதையில், ஆறுமுகசாமியின் அப்பா கலியபெருமாள் டிரைவராக இருப்பவர். ஊரிலிருந்து சென்னை அறிவாலயம் திறப்பு விழாவிற்கு தொண்டர்களை வேனில் அழைத்துச் செல்கிறார். திரும்பி வரும்போது திண்டிவனத்தில் ஒரு இயக்கத்தின் சாலைமறியல் போராட்டம். வேன் தாக்கப்படுகிறது. கீழே இறங்கிப் போகும் அவர்மீது வெட்டிய மரம் விழுகிறது. மரணமடைகிறார். இந்த இரண்டையும் போகிற போக்கில் சொல்லி விடுகிறார். அப்புறம் கட்சியினாரல் ரூபாய் ஐயாயிரம் நிதி கிடைப்பது, அதை வைத்து வங்கியில் ஆட்டு லோன் வாங்குவது. விதவை பெரியநாயகியும், பள்ளி படிக்கும் சிறுவன் ஆறுமுகசாமியும் அவற்றைப் பாடுபட்டு வளர்ப்பது, ஆறுமுகத்துக்கு படிப்பின் மீதுள்ள மோகத்தால் பாடப்புத்தகங்களைப் படித்துக் கொண்டே ஆடுகள் மேய்ப்பது, அந்த வழியே வந்த ஒரு காவல் துறை சப் இன்பெக்டர் பத்து ஆடுகளை, ஆடுவாங்கும் நபர்களிடம் சொந்த ஆடுகள் எனச் சொல்லி மேய்ந்த ஆடுகளை திருட்டுத்தனமாக விற்று பணம் வாங்கிச் சென்று விடுவது, ஆறுமுகசாமி இதனை அறியாமல் வெகுளியாக ஆடுகளைத் தேடிக் கொண்டிருப்பதோடு கதை முடியும். கூடவே இதில் வரும் பண்ணைக்காவல் முனியாண்டித்தேவரை அச்சு அசல் தஞ்சை வாசத்தோடு காட்டுவார். சுருட்டு பிடிப்பது, இடுப்பு வேட்டிக்கு பச்சைக் கலர் பெல்ட் போட்டிருப்பது இன்றைக்கும்

தஞ்சை மிராசுகளின் அடையாளம். இப்படி ஒரு கதைக்குள் நடப்புக் காலத்தின் குணாதிசயங்களை சா.க. அட்சரம் பிசகாமல் பதிவு செய்கிறார்.

அதேபோல பள்ளிக்கூடம், பிள்ளைகள், ஆசிரியர்கள் அநேகம் கதைகளில் இடம் பெறுகின்றனர். கிராமத்துச் சிறுவர்களின் எண்ண ஓட்டங்களை சா.க. அற்புதமாகச் சித்தரிப்பார். 'விசாரணைக் கமிஷன்' நாவலில் கூட கதாநாயகன் தங்கராசு அவன் மனைவி ருக்மணியை ஆசிரியையாகத்தான் படைத்திருப்பார்.

சா.க. தொடர்ந்து எழுதினார். விமர்சித்தார். கரடுமுரடாகத் தெரிவார். சுபாவமும் அப்படித்தான். யாரையும் எளிதில் ஏற்றுக் கொள்ளமாட்டார். கலை உள்ளம் படைத்தவராக இருந்தார். ஜெயகாந்தனின் தோழராக அவர் சபையில் வீற்றிருந்தார். அவரைப் போலவே எழுத்தாளர் கர்வமும் இவரிடமிருந்தது. திராவிட இயக்கச் சார்பு என்பதில் உறுதியோடு நின்றார். அதுமட்டுமல்லாமல் தமிழ் இன, மொழி உரிமைகளுக்காகக் குரல் கொடுத்தார்.

முன்பு சொன்னதுபோல 'விசாரணைக் கமிஷன்' நாவலிலும் பல உண்மை நிகழ்வுகள் சுட்டப் பெறுவதைக் காணலாம்.

'அண்ணாகிட்ட கையெழுத்து வாங்கப்போறேன்'

'எம்.ஜி.ஆரை கட்சியவிட்டு நீக்கிட்டாங்க'
இந்திரா காந்தி சுட்டு கொன்னுட்டாங்க'

'ராஜீவ் காந்திக்கு ஆதரவு தாரீர்'

என்று அரசியல் நிகழ்வுகள் பதிவாவதைச் சுட்டலாம்.

இந்த நாவல் போக்குவரத்து ஊழியர்கள், காவல் துறை மோதல் அதன் உடன் விளைவுகள், தொழிலாளர் போராட்டம், தொழிற்சங்கம், அரசுநிலை, விசாரணைக் கமிஷன் எனும் கண்துடைப்பு ஏமாற்று என முழுக்க அரசியல் நாவலாகவே அமைகின்றது. கூடவே தங்கராசு. ருக்மணியின் காதல் வாழ்வு, பிரியம், குழந்தையின்மை எனும் சிக்கலும் அது சார்ந்த மன உளைச்சலும் சா.க.வால் சித்தரிக்கப்படுகின்றது.

கவிதை, நாவல், சிறுகதை, கட்டுரை, பயண இலக்கியம், மொழி பெயர்ப்பு, ஆவணப்படம், இலக்கியத் தொகுப்புகள் என்று தொடர்ந்து இயங்கினார். தமிழ், ஆங்கிலம், இந்தி, சமஸ்கிருதம் ஆகிய, மொழி களை அறிந்தவராக இருந்தார். எனினும் தமிழ் மொழியின் மீது தீராப்பற்றுக்கொண்டவராகவும் இருந்தார். 'சுடுமண்சிலைகள்' இவரின்

அரிய படைப்பு. சிற்பி தனபால், ஜெயகாந்தன், அசோகமித்திரன் பற்றிய இவரது ஆவணப் படங்கள் தனித்துவமிக்கவை.

கலைமாமணி விருது உட்பட பல விருதுகளையும் அங்கீகாரங் களையும் பெற்றார். பல படைப்புகள் - விசாரணைக் கமிஷன் உட்பட தொலைக்காட்சித் தொடராக வெளிவந்தன. சாயாவனம், சூரியவம்சம், விசாரணைக் கமிஷன் ஆகியவை ஆங்கிலத்தில் மொழிபெயர்ப்பு செய்யப்பட்டுள்ளன. சாகித்திய அகாதெமி ஆலோசனைக்குழு உறுப்பினராகவும், நேஷனல் புக் டிரஸ்ட் உறுப்பினராகவும் இருந்து செய்த பணிகள் முக்கியமானவை. அதே போல அவர் தொகுத்த நூல்களும் கருதத்தக்கவை. தமிழில் தன்வரலாறுகள், புலம் பெயர்வு குறித்தும் இறுதியாக ரயில் பயணம் குறித்த கதைகள் தொகுப்பும் தனித்துவமிக்கவை.

"சா. கந்தசாமியின் கதைகளும் நாவல்களும் அற்புதமாக அமைந்துவிட்டன என்று காணும்போது தமிழர்கள் எத்தனைதான் குப்பைப் பத்திரிகைகளுக்கு அடிமைப் பட்டிருந்தாலும் இலக்கிய ரீதியாக அதிஷ்டசாலிகள் என்று சொல்ல வேண்டி இருக்கிறது" என்ற க.நா.சு.வின் மதிப்பீடு கருதத்தக்கது.

அறுபதாண்டுகள் எழுத்து, இயக்கம் எனப் பயணித்தவர் தன் பயணத்தை நிறைவு செய்துகொண்டார். சா.க. எனும் சாகா எழுத்துக்கலைஞர் என்றும் நினைக்கப்படுவார்.

டாக்டர் கே.எஸ்.எஸ் எனும் அற்புதம்

வாழ்வதன் முன்னம் நான் செத்திருப்பேன்
செத்ததன் பின்னாலும் வாழ்ந்திருப்பேன்
சோர்வுக்கு முன்னால் நான் சுகித்திருப்பேன்
சோர்வுக்குப் பின்னாலும் சுகித்திருப்பேன்
வித்துக்கு முன்னால் நான் விளைந்திருப்பேன்
விளைவுக்குப் பின்னாலும் வித்தாவேன்
முடிவுக்கு முன்னால் நான் முதலாவேன்
முடிந்தாலும் முடிவுக்கோர் முதலாவேன்
அசைவுக்கு முன்னால் நான் அணுவானேன்
அணு பிளந்தாலும் பிளவுக்குள் அசைவானேன்.

1970-இல் ஞானரதத்தில் ஜெயகாந்தன் எழுதிய கவிதை இது. ஒரு வகையில் ஜெயகாந்தனின் ஆன்மீகப் பார்வையின் சாரல். இந்த வரிகள் மேலும் ஒருவருக்கும் பொருந்தும் எனில் அது டாக்டர் கே.எஸ். சுப்பிரமணியனைச் சாரும்.

டாக்டர் கே.எஸ். சுப்பிரமணியனின் பூர்விகம் திருநெல்வேலி மாவட்டம் கருங்குளம் எனும் சிற்றூர். 1932 நவம்பர் பன்னிரண்டாம் நாள் அவர் பிறந்தார். அவரது தந்தையார் பிரிட்டிஷ் அங்காடி ஒன்றின் பொது மேலாளரின் காரியதரிசியாகப் பணியாற்றியவர். அதே வேளை கதர் அணிவது, காந்திய ஈடுபாடு, தேச விடுதலை நாட்டம் கொண்டவர். சுப்பிரமணியன் பம்பாயில் பிறந்தார். அப்போது அவரது தந்தையார் காசநோயால் பாதிக்கப்படுகிறார். தொடர் நோய்த் தொல்லையில் சில ஆண்டுகளில் காலமாகிறார். கே.எஸ்.எஸ். தாயாரின் அரவணைப்பிலேயே வளர்கிறார். பின்னர் குடும்பம் தமிழ்நாட்டுக்கு குடிபெயர்கிறது. கோவில்பட்டியில் ஓரிரு ஆண்டுகளும் தாயார் ஊரான சுல்லிமல்லியில் சில ஆண்டுகளுமாக இளமைக் காலம் கழிகிறது.

கே.எஸ்.எஸ்.-ன் பள்ளி வாழ்க்கை சென்னை இராமகிருஷ்ணா மாணவர் இல்லத்தில் தொடங்குகிறது. குடும்ப வறுமைநிலை, வாழ்வில் உயரவேண்டும் என்ற உந்துதலை அளிக்கிறது. இராமகிருஷ்ண மடத்தின் கட்டுப்பாடுகள், ஆன்மீக நடவடிக்கைகள் கே.எஸ்.எஸ் எனும் ஆளுமை உருவாக்கத்தில் பெரும் தாக்கத்தை உருவாக்குகிறது.

ஏழ்மையும், வறுமையும், நெருக்கடிகளும்தான் மனிதர்களின் சிந்தனைத் தளத்தைத் தீர்மானிக்கிறது.

கே.எஸ்.எஸ். பள்ளியில் கல்வியில் முன்னிலை பெற்றதோடு நற்பண்புகளையும் வரித்துக்கொண்டார். *1958*-ல் சென்னை மாநிலக் கல்லூரியின் மாணவர் தலைவராகிறார். கட்டுரை, பேச்சுப் போட்டிகளில் பல பரிசுகளைப் பெறுகிறார். அப்பொழுது முதல் முதலாக பொங்கல் விழாவினை மாநிலக் கல்லூரியில் தவத்திரு குன்றக்குடி அடிகளாரை அழைத்து நடத்துகிறார். அடிகளார் பொங்கல் விழாவை 'முதன் முதலாக' நடத்தியதற்காகப் பாராட்டுகிறார். கே.எஸ்.எஸ் இயற்பியல் இளங்கலை, வரலாறு முதுகலை, வணிகவியல் நிர்வாகவியல் பயின்று முனைவர் பட்டமும் பெற்றார்.

இந்திய அரசுப்பணியில் IRAS அதிகாரியாக *15* ஆண்டுகள் பணியாற்றினார். பின்னர் பிலிப்பைன்ஸ் தலைநகர் மணிலாவில் ஆசிய வளர்ச்சி வங்கி (ADB)யில் பல நிலைகளில் இருபத்தி இரண்டு ஆண்டுகள் பணியாற்றி இயக்குநர் நிலையில் பணி நிறைவு பெற்றார்.

கே.எஸ்.எஸ் இளம் பருவம் தொடங்கி இலக்கிய ஈடுபாடு மிக்கவராக இருந்தார். தமிழ் இலக்கியத்தைப் பாடமாகப் பயில வில்லையே தவிர, தமிழ் இலக்கியங்களை வாசிப்பவராகவே இருந்தார். மணிலாவில் இருந்த காலங்களில் தம் இந்திய, ஆங்கில நண்பர்களுக்கு தமிழ் நவீன இலக்கியங்களை, குறிப்பாக எழுத்தாளர் ஜெயகாந்தனை அறிமுகம் செய்யத் தொடங்கினார். அவர்கள், இவை ஆங்கிலத்தில் கிடைக்குமா? என வினவ இவரின் பார்வை மொழி பெயர்ப்பு திசை நோக்கிப் பயணித்தது எனலாம்.

1998-ல் மணிலாவில் இருந்து திரும்பிய உடன் முழுநேர இலக்கிய வாசிப்பு, மொழி பெயர்ப்புப் பணிகளில் தன்னை ஈடுபடுத்திக் கொண்டார்.

கே.எஸ்.எஸ் தமிழில் இருந்து ஆங்கிலத்துக்கு மொழி பெயர்த்தார். இது இவரின் தனிச்சிறப்பு; தமிழில் மொழி பெயர்ப்போர் அதிகம்; ஆனால் ஆங்கிலத்துக்குக் கொண்டு செல்வோர் குறைவு: இப்பணி கடினமானது கூட. கே.எஸ்.எஸ் இதனைப் புன்முறுவலுடன் ஏற்றார். ஜெயகாந்தனை கே.எஸ்.எஸ் கொண்டாடினார், அவரின் சகயிருதயராய் கடைசிவரை இருந்தார்: சபையில் அங்கம் வகித்தார். நாற்பதுக்கும் மேற்பட்ட நூல்களை ஆங்கிலத்துக்குக் கொண்டு சேர்த்தார். ஞான பீடம் ஜெயகாந்தனை நோக்கி வர இவரின் இந்த மொழிபெயர்ப்புகளும் முக்கிய காரணம்.

உ.வே.சாவின் என் சரித்திரம், அசோகமித்திரன் கட்டுரைகள், ம.இராசேந்திரனின் சிறுகதைகள் என நிறைய மொழிபெயர்த்தார்.

இவரின் கவிதை மொழிபெயர்ப்புகள் முக்கியமானவை. தமிழ்ப் பல்கலைக்கழகத்திற்கு, தேர்ந்தெடுத்தக் கவிதைகளை 'Tamil Women Poets - Sangam to the present' என ஆங்கிலத்தில் மொழிபெயர்த்தார். கவிஞர் சிற்பி, தமிழன்பன், இளம்பிறை, உமாமகேஸ்வரி என்று தனிக் கவிஞர்களின் கவிதைகளை மொழி பெயர்த்ததுடன் தமிழின் பல கவிஞர்களின் கவிதைகளையும் பல தொகுப்புகளையும் ஆங்கிலத்தில் மொழி பெயர்த்தார். கொரோனா தீநுண்மக் காலக் கவிதகளை ஓரிரு மாதங்களுக்கு முன்பு சுடச்சுட மொழிபெயர்த்தார். 'Lock down Lyrics' என வெளியிட்டார். இது இவரின் கடைசி வெளியீடாக அமைந்து விட்டது.

'சிந்தனை ஒன்றுடையாள்' எனும் நூல் சமஸ்கிருதம், தமிழ் அறவியல் தெறிப்புகளை மொழிபெயர்ப்பாகத் தந்த நூல். சமஸ்கிருதத்தில் 480 மேற்கோள்களும், தமிழில் 790 மேற்கோள்களும் இதில் இடம் பெற்றுள்ளன. தமிழ், சமஸ்கிருத மொழிகளின் தொன்மைச் சிறப்பையும் பண்பாட்டுச் செறிவையும் அடையாளப்படுத்தக் கூடியவை இவை.

கே.எஸ்.எஸ் தன் மொழிபெயர்ப்புக்காக தமிழ்நாடு அரசின் தமிழ் வளர்ச்சித் துறை விருது, பப்பாசிக் கலைஞர் அறக்கட்டளை விருது, திசையெட்டும் - நல்லி விருது உள்ளிட்ட பல சிறப்புகளைப் பெற்றவர். சாகித்திய அகாதமியின் தமிழ் ஆலோசனைக் குழுவிலும், மொழி அறக்கட்டளையிலும், கணையாழி இதழிலும் தம் பங்களிப்பினை ஆற்றியவர்.

கே.எஸ்.எஸ். அற்புதமான மனிதர். இந்திய மரபின் தாக்கமும், உலக நவீனத்துவ நிலைமையின் வீச்சும் அவருக்குள் உண்டு. 'மனிதநேயத்தின் கொதிநிலையில் சுருள்சுருளாய் எழும் ஆவியின் நல்மன அரவணைப்பில் சுத்திகரிக்கப்படுவதே ஆன்மிகம்' என்பது அவரது கருத்து. இராமகிருஷ்ண இல்லத்தின் வார்ப்பு அவர்; அந்த உணர்வை தன் மூச்சடங்கும்வரை கண்ணிலும் மனதிலும் பொத்திக் காத்தார். அதன் வெளிபாடுதான் அவர் செய்த அநேகம் உதவிகள்: உதவி கோராமலே நிலை அறிந்து உதவியவர் அவர். அவர் செய்வதை அவரே 'அறியாத' அளவு கண்ணியம் அவருடையது. பசியின், வலியின், இரணத்தின் ஆழருசி அறிந்தவர் அவர். நிறைய கலைஞர்கள், எழுத்தாளர்கள், முதல் தலைமுறை கல்வி கற்றவர்கள்... எனப் பலர் கே.எஸ்.எஸ். இன் ஈரம் பற்றி நிற்கிறார்கள்.

ஜெ.கே.போலவே நடை உடையில் மிடுக்கு; ஜெ.கேவிடம் ஒருவித செருக்குத் தோற்றம்; கே.எஸ்.எஸ் அதற்கு நேர் எதிர் குழைவு. புன்னகை, மெல்லிய, மனதைத் தொடும் வார்த்தைகள், காலம் தவறாமை, கண்டிப்புமிக்க ஒழுங்கு, நட்பை உறவாய்க் கொண்டாடும் குதூகலம் இதுதான் கே.எஸ்.எஸ்.

கே.எஸ்.எஸ் தன் வாழ்வின் சிறுதுளிகளை எழுதிய அனுபவச் சுவடுகள், ஜெயகாந்தன் ஒரு பார்வை, பாரதியார் பன்முகங்கள் பல் கோணங்கள், இலக்கிய ஆளுமைகள் முதலான நூல்கள் அவரின் தமிழ்ப் படைப்புகளுக்கு சான்று தருவன.

2005ல் 'Tamil New Poetry' எனும் தொகுப்பில் (கதா வெளியீடு) என், 'நப்போல் வளை' கவிதைகள் சிலவற்றையும் மொழி பெயர்த்தார். அப்பொழுது எழுத்தாளரும் முன்னைத் துணைவேந்தருமான ம.இராசேந்திரன் என்னை கே.எஸ்.எஸ்க்கு அறிமுகம் செய்து வைத்தார். பின்னர் ம.ரா. அவர்கள் துணைவேந்தரான பின்னர் தமிழ்ப் பல்கலைக்கழகத்தில் ஜெயகாந்தன் பெயரிலும், சி.சுப்பிரமணியன் (மேனாள் மத்திய அமைச்சர்) பெயரிலும் அறக்கட்டளை தொடங்கினார். ஜெயகாந்தனுக்கு மதிப்புறு முதுமுனைவர் பட்டம் வழங்கப்பட்ட போது உடன் இருந்தார். தொடர்ந்து பலமுறை பல்கலைக்கழகத்திற்கு வருகை தந்தார்.

தனிப்பட்ட முறையில் என்மீது பேரன்பு காட்டி வந்தார். எந்த நூல் வெளிவந்தாலும் 'For the joy of sharing' என அழகாக எழுதிக் கையொப்பமிட்டு அனுப்பி வைப்பார். இறப்பதற்கு சில நாட்களுக்கு முன் தொலைபேசியில் அழைத்தார். "உங்களை விசாரிக்கத்தான் கூப்பிட்டேன். எப்படி இருக்கீங்க... கவனமாக இருங்க..." என்றார். நானும் விசாரித்தேன். உரையாடல் நிறைவுற்றது. மெய்சிலிர்த்தேன். 'எவ்வளவு பெரிய மனிதர்' நம்மை விசாரிக்கிறாரே என்று. நண்பர்களிடம் வேறுபாடு கருதாத பேருள்ளம் அவருடையது.

கே.எஸ்.எஸ் தொழில்முறை மொழிபெயர்ப்பாளர் இல்லை. இலக்கியத்தை இரசித்து, உள்வாங்கி, அதை வெளியுலகம் அறிய வேண்டும் என்ற அவாவில் மொழிபெயர்த்தவர். கோட்பாடுகளுக்குள் சிக்காமல் நடைமுறையில் அறிவைக் கொண்டு செயல்பட்டவர். படைப்பாளர்களின் அனுமதி பெறுவது, மொழிபெயர்ப்பைக் காட்டிக் கருத்தறிவது, நூல் அனுப்பித் தருவது என நேர்மையுடன் அவர் செயல்பட்டார். அவரின் மொழிபெயர்ப்பு நுட்பங்கள் குறித்து தனியே பேச வேண்டும்.

வாழ்வில் மன ஓர்மை கொள்ள அவர் படாத பாடுபட்டார். அவருக்குள் இருவித உலகங்கள் தொடர்ந்து கொண்டே இருந்தன. தன்னளவில் நேர்மை, தன் மனச்சான்றின் நெறிப்படி தன் வாழ்வை அமைத்துக் கொண்டார். யார்மீதும் காழ்ப்பு, புகார் இல்லை அவருக்கு. தன் ஒதுங்கல் வழித் தன்னை நிறுவிக் கொண்டார். நரேன், அஜந்தா ஆகிய தன் மக்கள் இன்று தங்கள் வாழ்வை உலகக் குடிமக்களாக ஆக்கிக் கொண்டதில் மகிழ்ச்சி அவருக்கு. ஜெயகாந்தனை அவர் கொண்டாடியது போல் கே.எஸ்.எஸ்.ஐ பலர் கொண்டாடினர். நீதிநாயகம் சந்துருவும் அவரது துணைவியார் பேராசிரியர் பாரதியும் தனக்கு செய்த உதவிகளை மனம்விட்டுப் பகிர்ந்து நன்றி கூறுவார். அதேபோல் ம.ராவும் தோன்றாத் துணையாகி நின்றார்.

டாக்டர் கே.எஸ்.எஸ் 29.10.2020-ல் தன் வாழ்விலிருந்து விடைபெற்றார் என்றாலும் என்றும் தமிழ் இலக்கிய உலகில் நிலைத்து நிற்பார்.

கி.ரா. எனும் நாட்டார் மரபின் கதைசொல்லி

ராயங்குல ஸ்ரீகிருஷ்ண ராஜநாராயணப் பெருமாள் ராமானுஜ நாயக்கர் (16.09.1923 - 17.05.2021) எனும் நீண்ட பெயர் கொண்ட மனிதர் கி.ரா. எனும் இரண்டெழுத்தில் தமிழ் இலக்கிய வரலாற்றில் நிலைபெற்றார். கயத்தாறுக்கும் கோவில்பட்டிக்கும் இடையே நெடுஞ்சாலைக்கு அருகில் அமைந்த இடைசெவல் எனும் கிராமத்தில் பிறந்தார். வானம் பார்த்த கரிசல் பூமியின் சம்சாரி அவர்.

விவசாய வாழ்வும் பொதுநல நாட்டமும் இசை ஈடுபாடும் மிக்கவராகவே அவரின் தொடக்ககால வாழ்க்கை அமைந்தது. பள்ளிப் படிப்பில் ஆர்வமில்லா நிலையில், மனிதர்களை அவர்களின் மன ஓட்டங்களை நுணுகிப் பார்க்கும் தன்மை இவரின் இயல்குணமாகிப் போனது.

விடுதலைப் போராட்டத்தில் ஆர்வம் கொண்டவராக விளங்கினார். விடுதலைக்குப் பின் முழு விடுதலைக்காகப் போராடிய பொதுவுடைமை இயக்கம் தடைசெய்யப்பட்டது. அதன் மீது பற்று கொண்டார். நாங்குனேரியை மையப்படுத்திய விவசாயப் போராட்டங்கள் தீவிரப் பட்டக் காலமது. புகழ்பெற்ற நெல்லை சதி வழக்கில் தொடர்பு உடையவர்கள் கோவில்பட்டியிலும் சுற்று வட்டாரத்தில் இடை செவலிலும் தலைமறைவாகி இருந்தனர். கி.வேங்கடசுப்பிரமணியன் துணை வேந்தராக இருந்தபோது ஒவ்வொரு துறை சார்ந்து புகழ்பெற்ற ஆளுமைகளை வருகைதரு சிறப்பு நிலை பேராசிரியர்களாக அழைத்தார். அப்படித் தமிழ்த் துறைக்கு அழைக்கப்பட்டவர்கள் க.நா.சு., இந்திரா பார்த்தசாரதி, கி.ரா. ஆகியோர். க.நா.சு. இந்திய இலக்கியம், விமர்சனம் குறித்து ஒரு சில பணிகளைச் செய்துவிட்டு ஓராண்டில் வெளி வந்தார். இந்திரா பார்த்தசாரதி நிகழ்கலைத் துறை என்ற புதுத்துறையைக் கண்டார். கி.ரா.வோ நாட்டுப்புறவியலைக் கைக்கொண்டு நாட்டுப்புறக் கதைகளைச் சேகரிக்கத் தொடங்கினார். 1989 தொடக்கம் 1993 வரை இது நடந்தது. பேராசிரியர் சிலம்பு செல்வராசு அவருடன் இணைந்து பணியாற்றினார்.

கல்விப்புலத்துக்கு வெளியே நாட்டாரியக் கதை மரபில் எழுதி வந்த கி.ரா. கல்வித் துறைத் தொடர்பில் செயல்பட முனைந்தார். இவரால் நாட்டுப்புறவியல் வெகுமக்கள் கவனத்தைப் பெற்றது.

நாட்டுப்புறக் கதைகள் தொகுப்பு, கதைக்களஞ்சியம், பெண்கள் கதைகள், சிறுவர் விளையாட்டுகள், வழக்காறுகள் தொகுப்பு... என விரிவடைந்து வட்டார வழக்குச் சொல் அகராதி வரை அது ஆழப் பட்டது. கரிசல் காட்டு கடுதாசி, வயது வந்தவர்களுக்கு மட்டும், பாலியல் கதைகள் போன்றவை வணிக, வெகுஜன வரவேற்பைப் பெற்றன. இரசனை விஞ்சிய இம்முயற்சிகள் "Folklore" அல்ல "Fokelore" என்றெல்லாம் கூட விமர்சிக்கப்பட்டன. அது பற்றி அவர் கவலைப் படவில்லை.

கழனியூரன், பாரத தேவி போன்றவர்களை ஊக்கப்படுத்தி, களஆய்வில் ஈடுபடுத்தி கதைகளை, வழக்காறுகளை ஆவணப்படுத்தியதும் குறிப்பிடத்தக்கது. கதை சொல்லி இதழ் வழி செய்த பணியும் முக்கிய மானது. எழுத்தில் வாய்மொழி மரபைப் பின்பற்றியதும், வாய்மொழி இலக்கியங்களை எழுத்துப் பெயர்ப்பு செய்ததும், வட்டார வழக்குச் சொல் அகராதி வரைந்ததும், நாட்டுப்புறவியல் துறையை வெகுஜனப் படுத்தியதும் இத்துறையில் கி.ரா.வின் சாதனைகள் என்றே சொல்லலாம்.

கி. ரா. தொடக்கத்தில் இந்தியக் கம்யூனிஸ்ட் கட்சியில் இருந்தார். பின்னர் தமிழ்நாடு கலை இலக்கியப் பெருமன்றம், தமிழ்நாடு முற்போக்கு எழுத்தாளர் கலைஞர்கள் சங்கம் ஆகிய இரு அமைப்பு களோடும் நெருங்கிய தொடர்பில் இருந்தார். புதுச்சேரியில் கலை இலக்கியப் பெருமன்றத்தின் முக்கிய நிகழ்வுகள் அனைத்தும் கி. ரா. இல்லாமல் நடந்ததில்லை. மாநிலத் தலைவர் எல்லை. சிவக்குமார் மிக நெருங்கி இருந்தார். "இந்தியக் கம்யூனிஸ்ட் கட்சி உடைஞ்சதற்கான காரணத்தை ஒண்ணு+ஒண்ணு=11ன்னு ஒரு கட்டுரை எழுதினேன். உலகத் தொழிலாளர்களே ஒன்றுபடுங்கள் என்று சொன்ன ஒரு சங்கம் இப்படி ரெண்டா உடைஞ்சிடுச்சு. உடைச்சது முதலாளிகள் சங்கம் தான். அவங்களுக்குள்ள ஒற்றுமை கட்சியில் இருந்திருந்தா கட்சி உடைஞ்சிருக்காது" என்று அப்போது எழுதியவர் கி.ரா. கடைசி வரை இரு கட்சிகளும் ஒன்றுபட வேண்டும் என்ற விருப்பையும் வேண்டலையும் வெளிப்படையாகவே சொல்லி வந்தார்.

கி. ரா. தன் நீண்ட வாழ்வில் எல்லோராலும் கொண்டாடப்பட்டார். கரிசல் எழுத்தாளர்கள் எனப் பெரும் படையே உருவானது மட்டுமல்லாமல் நிலவியல் சார்ந்த திணை வாழ் எழுத்து தமிழ்நாடெங்கும் முகிழ்த்துக் கிளைத்து. எழுத்துக்கும் வாழ்வுக்கும் வேறுபாடில்லாத மனிதர். மனித விடுதலையே அவரின் இலக்கு, மனித மகிழ்ச்சியையே அதன் வழிமுறையாகக் கொண்டார். அவரோடு பேசுவது இன்பம். அவர்

எழுத்தை வாசிப்பது இன்பம். அவரே இன்பம். மனிதத் துன்பங்களை தூர நிறுத்தவே இறுதிவரை போராடினார், வென்றார்.

நன்றிக்கடன்

கி.ரா. எனும் நம் காலத்துக் கலைஞன் இவ்வளவு காலம் பூரிப்போடு உலகில் நிலைத்திட துணைநின்றவர் அவரின் துணைவியார் கணவதி அம்மையார் (2019 செப்டம்பர் 25 இல் காலமானார்). திவாகரன், பிரபாகர் ஆகிய இரு மகன்கள். கி.ரா.வுக்கு வளர்ப்பு மகன் போல் ஆகிவிட்ட ஒளிப்படக் கலைஞர் புதுவை இளவேனில் ஆகியோர் குறிப்பிடத்தக்கவர்கள்.

வழக்கறிஞரும் எழுத்தாளருமான கே.எஸ். இராதாகிருஷ்ணன், எழுத்தாளர் பா.ஜெயப்பிரகாசம், பேராசிரியர் க. பஞ்சாங்கம், திரைப்படக் கலைஞர் சிவக்குமார் குடும்பம், முதலில் கி.ரா.வை அடையாளப்படுத்திக் கொண்டாடிய கவிஞர் மீரா, தொடர்ந்து கி.ரா. வின் ஒட்டுமொத்தப் பதிப்பாளராக விளங்கும் 'அன்னம்' கதிர் ஆகியோரை கி.ரா.வின் தோழமை அடையாளமாகச் சுட்டலாம். பட்டியல் பெரிது.

கி.ரா.வின் மறைவையொட்டி அவரை அரசு மரியாதையுடன் நல்லடக்கம் செய்ததுடன் இடைசெவல் பள்ளியில் நினைவரங்கமும் கோவில்பட்டியில் திருவுருவச் சிலையும் நிறுவும் அறிவிப்புகளை வெளியிட்ட தமிழ்நாடு அரசின் மாண்புமிகு முதலமைச்சர் மு.க. ஸ்டாலின் அவர்களுக்கு தமிழ் கலை இலக்கிய உலகம் கரம்கூப்பி நன்றி சொல்கிறது. இவற்றுக்குப் பின்புலமாக துணை நின்ற தொழில் துறை, தமிழ் வளர்ச்சிப் பண்பாடு, தொல்லியல் துறை பாராளுமன்ற உறுப்பினர் கவிஞர் கனிமொழி, தலைமைச் செயலாளர் எழுத்தாளர் வெ. இறையன்பு ஐ.ஏ.எஸ். போன்றோருக்கும் நன்றிகள். இது தமிழின் வரலாற்று முன்னெடுப்பு. இந்த நற்பணி தொடர வேண்டும்.

புதுமைக்கனவு கண்ட இரவுப்பாடகன் கவிஞர் நா.காமராசன்

கவிஞர் நா.காமராசன் (1942-2017) தமிழ்ப் புதுக்கவிதையை மக்கள் மயப்படுத்திய முன்னோடிகளுள் ஒருவர். தேனி மாவட்டம் போ.மீனாட்சிபுரத்தில் பிறந்தவர். அக்காலத்தில் மதுரையில் தமிழ் வளர்த்த தியாகராசர் கல்லூரில் படிக்கும் போது (1964) இந்தி எதிர்ப்புப் போராட்டக்களத்தில் முன்னணி வீரரானவர். மேனாள் அமைச்சர் கா.காளிமுத்து, எழுத்தாளர் பா.செயப்பிரகாசம் போன்றோரோடு இந்தி எதிர்ப்புப்பரணி பாடி காலில் விலங்கிடப்பட்டவர்.

தமிழ் பயின்ற அவர் உத்தமபாளையம் ஹாஜிராவுத்தர் கல்லூரியில் தமிழ்ப் பேராசிரியராகவும், தமிழ்நாடு அரசின் மொழிபெயர்ப்புத்துறை அலுவலராகவும் சிறிது காலம் பணி செய்தார். கலைஞர் கருணநிதியால் அரசியலில் கவரப்பட்டு, காமராசருக்கு எதிராக மேடை ஏறினார். எம்.ஜி.ஆரால் திரைத்துறையில் பாடலாசிரியராக மாறினார். அவரது அரசியலையும் ஏற்று அரசிலும், கட்சியிலும் பல பொறுப்புகளை வகித்தார்.

அறுபதுகளில் கொடிக்கட்டிப் பறந்த புதுக்கவிதையின் 'இருண்மைப் போக்குக்கு' எழுபதுகளில் பதிலடி கொடுத்தவர்களுள் நா.காமராசன் முதன்மையானவர். வானம்பாடிகளின் சகபாடியானவர்.

மரபை அறிந்து, கற்றுத் தேறி, மரபை மீறி புதுமை படைத்தவர் அவர். "தன் கால்களில் இரத்தம் கசியக் கசிய பழைய முட்பாதைகளில் முன்னேறி முதலில் புதுக்கவிதை உலகிற்கு ஒரு புதுப்பாதை அமைத்தவன் நா.காமராசன்தான் என்பதை மூர்ச்சை அடைந்தவன் கூட மறந்துவிடக் கூடாது" என்பார் வைரமுத்து.

நா.காமராசனின் சூரியகாந்தியும், கறுப்பு மலர்களும் ஒரே காலத்தில் வந்து அவருக்குப் புகழ் சேர்த்தன. தமிழ்ப் புதுக்கவிதை வரலாற்றில் கறுப்பு மலர்களுக்கு ஒரு தனியிடம் உண்டு. மு.மேத்தாவின் கண்ணீர் பூக்களும் இதே காலத்தில் வெளிவந்தது தான்.

"நண்பன் காமராசனின் பிரகாசமான எதிர்காலத்திற்கு இது முதல் ஜனனம்" என்றார் கண்ணதாசன். திருநங்கைகளைப் பற்றிய பரவலான

கவனத்தை ஈர்த்த ‘சந்திப்பிழை’ கவிதையும், ’நாங்கள் நிர்வாணத்தை விற்கிறோம் - ஆடை வாங்குவதற்காக’, ’நாங்கள் சேற்றில் கால் வைத்தால்தான் நீங்கள் சோற்றில் கை வைக்க முடியும்’, ‘ஏழைகளின் அடுப்பெரிப்போம் இல்லையெனில் சூரியனில் தீக்குளிப்போம்’ போன்ற கவிதைகள் கறுப்பு மலர்களிலேயே மலர்ந்தன. தாமரை இதழில் அப்பொழுது அதிகம் எழுதினார். அவரின் கவிதைத் தொகுப்புகளின் தலைப்புகளே வித்தியாசமாக அமைந்தன. சகாராவைத் தாண்டாத ஒட்டகங்கள், கிறுக்கன், சுதந்திர தினத்தில் ஒரு கைதியின் டைரி, தாஜ்மகாலும் ரொட்டித்துண்டுகளும், ஆப்பிள் கனவு, மலையும் ஜீவநதியும், நகரத்திலே சில தேவதைகள், ஞானத் தேர்... இப்படி.

நா.காமராசன் மேடைப் பேச்சாளராகவும் வலம் வந்தார். அதிரடியாகக் கருத்துக்களைக் கூறுவார். “கண்ணதாசனெல்லாம் ஒரு கவிஞனா”? “கம்பனுக்குப் பிறகு தமிழில் கவிஞனே இல்லை”, “பாரதிதாசன் எழுதியது கவிதைத் தொகுதிகளா? இல்லை விதவைத் தொகுதிகள்” என்றெல்லாம் தடாலடியாகப் பேசக் கூடியவர்.

திரையிசைப் பாடல்களில் பல சாதனைகளை அவர் நிகழ்த்தினார். “போய் வா நதியலையே பூச்சூடும் நாள் பார்த்து வா”, “சிட்டுக்கு சின்னசிட்டுக்குச் சிறகு முளைத்தது”, ஒரு “நுரைப்பூவை அள்ளி அலைசிந்த வேண்டும்”. வாழ்வின் இறுதிக்காலத்தில் எல்லாவற்றிலிருந்தும் ஒதுக்கமாக நா.கா இருந்தார். “பூவெடுத்து கட்டிக் கொண்டிருந்த நான் சிறிது காலம் புல்லறுக்கப் போய்விட்டேன்” என்று தன் திரைத்துறை அனுபவத்தைப் பதிவு செய்தார். உலக இலக்கியங்கள், இந்திய இலக்கியங்களில் அவருக்குப் பெரும் ஈடுபாடு உண்டு. நிறைய நூல்கள் படித்த அனுபவம் அவரின் படைப்புகளில் வெளிப்பட்டது.

“எனது பெயர் தமிழ் இலக்கியத்தில் இடம் பெற வேண்டும் என்பதற்காக நான் எழுதவில்லை. தமிழின் பெயர் உலக இலக்கியத்தில் இடம்பெறுவதற்காகத்தான் எழுதிக் கொண்டிருக்கிறேன்” என்ற தனது இலக்கிய நாட்டத்தை வெளிப்படுத்தியவர்.

அழகியல் நுட்பங்களும், படிமங்களும், உவமைகளும், மீதூரப் பெற்றவை அவர் கவிதைகள். அவர் படைப்புகளில் உற்சாகம் ஒளியிட்ட அளவுக்கு சோகமும், கையறுதன்மையும் இழையோடின.

“உதடுகளில் உனது பெயர் ஒட்டிக் கொண்டது அதை உச்சரிக்கும் போது கொஞ்சம் தித்திக்கின்றது” போன்ற பாடல் வரிகள் மக்கள்

மனங்களில் எப்போதும் ரீங்காரமிடுபவை. மதுவை தாய்ப்பாலென்றும், ராஜதிரவமென்றும் வர்ணித்த நா.கா அதில் ஆழ்ந்து போனது துயரமே.

அவன் / கனவுப்பாக்கம் / காதல் ராஜாங்கம் / கவிதைப் பூந்தோட்டம் / காவிய நீரோட்டம் / எங்கள் கவியரசன் / மின்னலாய்ச் சிரித்தான் / மழையாய் அழுதான் / ஜீவநதியாய் ஓடினான் / வாழ்வின் வசந்த மதுக் கோப்பையில் / வண்டானான் / வானம் / பாலைவனம் / ஆனது போல / மரணமானான்.

என்று தனக்குத்தானே மரணத்துக்குச் சில நாள் முன்பு சுய இரங்கல் எழுதிக் கொண்ட நா.கா தமிழ்க் கவிதைப் பூந்தோட்டத்தின் நிரந்தர கறுப்புமலர்!

ஆய்வாளர்களின் ஆய்வாளர் தொ.ப.

ஒருவரின் மறைவு ஏற்படுத்தும் அதிர்வலை அவரின் நிரந்தர இருப்பிற்குச் சான்றாகிறது என்பதைத் தொ.ப.வின் மறைவு உணர்த்தி நிற்கிறது. நம் காலத்தில் ஓர் அறிஞர் இப்படி உவப்பாகக் கொண்டாடப் படுதல் என்பதில் தொ.ப.வின் சமூகச் சார்பு உறுதிப்படுகிறது.

தொ.ப. ஒரு காட்டுச் செடி. பொட்டலில் உதித்து, கிடைத்ததைப் பெற்று, வெட்ட வெளியில் வீரார்ந்து வளர்ந்து தனிமரமே ஒரு வனமென்றாகி முடிந்த வரலாறு அவர். நிரம்ப பேசினார். பேச்சு என்பதே தொல்மரபின் தொடர்ச்சி. இயல் சிந்தனையாளர்கள் பேசிப் பேசியே தம் கருத்துக்களை விதைத்தார்கள். தனிப் பேச்சு, வினா - விடை, விவாதம், உரையாடுதல் என்றான அந்தச் சிந்தனை மரபின் சமகாலச் சான்று தொ.ப. எனலாம்.

அவரின் 'அழகர்கோயில்' ஆய்வு, தமிழாய்வை 'தமிழியல்' ஆய்வாக மலரச் செய்தது. அந்நூலில் அவர் முன்வைக்கும் முறைமை தமிழ் ஆய்வின் தனித்தடம். தமிழ் வைணவத் தேடல், நாட்டார் தெய்வ வணக்கம் - பதினெட்டாம்படி கருப்புசாமி, உழுகுடிகளின் கடவுள், மயிலை. சீனி வேங்கடசாமியின் பௌத்த அடிப்படையை நிறுவுதல், ஜனங்களுக்கும் சாமிக்குமான உறவு நிலைகள்... என்று அழகர் கோயில் ஆய்வை 'பலபட' விவரிக்கலாம்.

தொ.ப. அடிப்படையில் பண்பாட்டு ஆய்வாளர். வேத அடிப்படைக்கு மாற்றான மக்கள் பண்பாட்டின் வேர்களை ஆழச் சென்று அகழ்ந்து ஆய்ந்து முன்வைத்தவர். பண்பாடு தனித்த ஒன்று அல்ல. முடிந்த ஒன்றும் அல்ல. அது முழுமையாகப் பார்க்கப்பட வேண்டியது. வாசிக்கப்பட வேண்டியது. அதன் மாறும் தன்மைகளால் வளர்ச்சியை அளவிட வேண்டும் என்பது அவரின் அணுகுமுறையாக அமைந்தது.

அவரின் தொடக்கம் பெரியாரும் திராவிடமும் தான். அதிகாரம் கைக்கு வந்ததும் திராவிடம் தேங்கிப் போனது. இதை உணர்ந்த தொ.ப. தொடர்ந்து அத்திசையில் பயணித்தார். திராவிடக் கருத்தியலை முன் நகர்த்தினார். தமிழ்த் தேசியம், ஈழ ஆதரவு நிலைகளை உள்வாங்கிச் செயல்பட்டார். கருத்துக்களை உருவாக்கும் சமுதாய நிலைமைகளை,

பொருளாதார அடிப்படைகளை மிக இயல்பாக தன் ஆய்வுகளில் பயன்படுத்தினார். சாதிக்கும் வர்க்கத்துக்குமாக தொடர்புறவுகளையும், இந்தியச் சூழலில் சாதி எனும் தனித்தன்மையையும் தொ.ப. நன்குணர்ந்தவராக விளங்கினார் என்பதை தன் ஆய்வுகளில் வெளிச்சப்படுத்தினார். இப்படியாக பெரியார் - மார்க்ஸ் - அம்பேத்கர், கருப்பு - சிவப்பு - நீலம் என்பதான ஒரு கூட்டுறவுப் பார்வையை தொ.ப.விடம் காணலாம்.

தொ.ப. 'ஆய்வு முறையியல்' பற்றித் தனிப்பார்வை கொண்டிருந்தார். தமிழ்ப் பல்கலைக்கழகத்தின் அறக்கட்டளைச் சொற்பொழிவொன்றில் 'தமிழ் ஆராய்ச்சியின் வளர்ச்சி' பற்றிப் பேசினார். சிறு நூலாகவும் அது வெளிவந்தது. மேற்கோள்கள், அடிக்குறிப்புகள் நிரம்பி வழியும் ஆய்வுகள் பற்றி அவர் 'அருவருப்பு' கொண்டார். "என்னைப் பற்றிக் குறிப்பிடும்போது ஐரோப்பிய முறையியலைத் தள்ளிவைத்து விட்டு எழுதுகிறார் என்று குறிப்பிடு கிறார்கள். அதுதான் நான் எடுத்துக் கொண்டுள்ள முறையியல்; வேறு ஒன்றுமில்லை. கிராமத்துல, கம்மாய்க் கரையிலயோ கோயில் வாசல்லயோ பெரிசுகள் உக்காந்து பேசிக் கொண்டிருக்கும் இல்லையா, அதுதான் என்னுடைய முறையியல். அதை All Pervasive என்பார்கள்" என்று தன் ஆய்வு நெறிப் போக்கைத் தீட்டிக் காட்டுவார்.

சின்னச் சின்னக் கட்டுரைகளுக்குள்கூட பல்துறை அறிவைச் சேகரப்படுத்துவார். சொல்லாய்வு இருக்கும் - அதில்? மொழியியல். கல்வெட்டைச் சுட்டுவார் - அது தொல்லியல். பழமொழி தருவார் - அது நாட்டுப்புறவியல். தொன்மக்கதை கூறுவார் - அது மானிடவியல். சாதி, சமயப் பின்புலம் இருக்கும் - அது சமூகவியல். பழம்பாடலை ஒப்பிடுவார் - அது இலக்கியவியல். கால வளர்ச்சி நிலைகளைத் தருவார் - அது வரலாறு. இப்படி ஒரு பண்பாட்டுக் கூறுக்குள் பல்துறை வெளிச்சங்களை இணைத்துச் சிந்திப்பது அவரின் முறையியலாக அமையும்.

"ஏகாதிபத்தியம் உங்கள் வீட்டு ஊறுகாய்ப் பானையை உடைக்கிறது. உற்பத்தி அறிவைப் பிடுங்கிக்கொள்கிறது. நீ 'ருசி' வாங்கு அல்லது 'கம்பெனி ஊறுகாய்' வாங்கு என்று உன்னிடம் சொல்கிறது" என்றெல்லாம் எழுதியவர்தான் தொ.ப. பண்பாட்டுக்குள் ஒளிந்துகிடக்கும் உலகமய, வல்லாதிக்க, வணிக அரசியலைப் பற்றிய அக்கறை அவருக்கு இருக்கத்தான் செய்தது.

கடவுளை முற்றிலுமாக நிராகரித்த பெரியாரிடமிருந்து தொ.ப. விலகும் புள்ளி என்பது வெகுமக்களின் நம்பிக்கை சார்ந்ததாக இருந்தது.

நாட்டார் 'சமயம்' என்பதில் அவருக்கு உடன்பாடில்லை. வழிபாட்டு நெறி, வழிபடு நெறி என்றே கருதினார். இறந்துபட்ட (கொலையில்) தெய்வ வணக்கத்தில் வேண்டுதல், விலக்குதல் என இருமை எதிர்வு வழிபாடுகள் இருப்பதை நடைமுறையினின்றும் விளக்குவார்.

பண்பாட்டில் உணவு பெறும் முக்கியத்துவத்தை விவரிப்பார். ஏனெனில் வெகுமக்களின் துய்ப்பு (Enjoy) அது ஒன்றுதானே? அதே போல புழங்கு பொருள்கள் குறித்த பண்பாட்டு எழுதுகையையும் நிகழ்த்திக் காட்டினார்.

பயணங்கள், கள ஆய்வுகளில் ஈடுபாடு காட்டினார். தமிழ் நாட்டில் ஏராளம் ஊர்ப்புறங்களை அவர் அறிந்திருந்தார். தஞ்சை மாவட்டத்தில் பல ஊர்களையும் அவற்றின் சிறப்பையும் நேர்ப் பேச்சில் வெளிப்படுத்துவார்.

அறிவாளிகளுக்கான எந்தக் கெட்டிக்காரத்தனமும் இல்லாமல் வெள்ளந்தியான ஒரு படைப்பாளியாகவே அவர் வாழ்ந்தார் எனலாம். வகுப்பறை முதல் துணைவேந்தர் அலுவல் வரை எவ்வித அதிகார நெடியும் அவருக்கு 'இம்சையா'கவே அமைந்தது. அவர் விட்டு விடுதலையாகி 'வெளி'க்கிளம்பிய அறிவுப்பூதம் என்றால் அது மிகை இல்லை.

தொ.ப. தனிப்பட்ட முறையில் என் மீது பேரன்பு கொண்டவராக விளங்கினார். எனது நா.வா.வின் ஆய்வு குறித்து மகிழ்ச்சியை வெளிப்படுத்தினார். தமிழ்ப் பல்கலைக்கழகத்தின் ஆட்சிக்குழு உறுப்பினராகவும், துணைவேந்தர் பொறுப்புக்குழுவிலும் செயல்பட்டார். நான் இலக்கியத்துறையிலிருந்து நாட்டுப்புறவியல் துறைக்கு வந்ததை வரவேற்றார். நிறைய செய்யலாம் என வாழ்த்தினார். என் 'மகளுக்குச் சொல்ல' சிறுகதைத் தொகுப்பை வாசித்து 'அணிந்துரையும்' தந்தார். நா.வா. நூற்றாண்டையொட்டி சாகித்திய அகாதெமிக்காக நான் தொகுத்து அளித்த நூலுக்கு 'தமிழ்நாட்டின் கோசாம்பி' எனும் கட்டுரையை மகிழ்வோடு வழங்கினார்.

தமிழ்நாடு கலை இலக்கியப் பெருமன்ற நடவடிக்கைகளை ஆர்வத்தோடு கேட்டு அறிவார். குமரி முகாம் உட்பட பல

நிகழ்வுகளில் பங்கேற்றார். தஞ்சையில் நான் ஒழுங்கு செய்த திராவிட இயக்க நூற்றாண்டுக் கருத்தரங்கில் உடல் நலக் குறைவுடன் கூட வந்து, அரிய உரை தந்தார்.

அவர் சென்னையில் அறுவை சிகிச்சை செய்துகொண்டபோது நானும் பேராசிரியர் ந. முத்துமோகன் போன்றவர்களும் சென்றபோது கரங்களைப் பற்றிக் கனிவை வெளிப்படுத்தினார். செயல்பட இயலாமல் வீட்டில் தனிமைப்பட்ட ஒரு தருணத்தில் பேராசிரியர் நா.இராமச்சந்திரன், என்.சி.பி.ஹெச் பாலுவுடன் சென்றேன். தஞ்சையிலிருந்து நான் வந்ததை பலமுறை கூறி கரம் குவித்து நன்றி சொன்னார். மனிதர்கள் சூழ வாழ்ந்த மனிதரின் தனிமைத்துயர் கண்டு மனம் குமுறியது. கடைசியாக தோழர் ஆர். நல்லகண்ணு அவர்களுடன் சென்றிருந்தேன். உற்சாகம் பொங்கப் பேசினார். அன்று வந்திருந்த தன் மகளை தோழருடன் படம் எடுத்துக் கொள்ளச் சொன்னார். அவரின் கட்டிலிலியே அமர்ந்து படம் எடுத்துக் கொண்டார்கள். அப்போதும் வரலாறு, சமகால அரசியல் என்றுதான் பேசினார்.

பெரியாரியர்களும், தமிழ்த் தேசியர்களும், பொதுவுடைமைக் காரர்களும் இணைந்து செயலாற்ற விரும்பினார். நட்பைக் கொண்டாடிய அதே வேளை நட்புமுரணையும் பேணினார். கருத்தியலில் சமரசமின்றி களமாடினார்.

தமிழ் மரபில் வேரூன்றி வரலாற்றைப் பண்பாட்டை மறு கட்டமைப்பு செய்ய முயன்றார். அறிவு ஒருவித அதிகாரமாகச் செயல்படும் சூழலில் எவ்வித தடையுமற்ற ஒரு சாமானிய மனோ நிலையைப் பேணினார். இதுவே அவரை ஒரு பெருங்காந்தமாக்கி எல்லோரையும் ஈர்க்கச் செய்தது.

கல்விப் புலத்துக்கு வெளியே கால்பாவி பெரும் ஆய்வுப் பட்டாளத்தை அவரால் உருவாக்க முடிந்தது. எந்த இயக்கத்திலும் அவர் இல்லை. எந்த நிறுவனப் பின்புலமும் அவருக்கு இல்லை. ஆனால் அவரே ஒரு பேரியமாக்க இயங்கினார். ஒரு மனிதரின் இறப்பும் இழப்பும் உருவாக்கியிருக்கும் சலனங்களே அவரின் வெற்றி எனில், தொ.ப. நம் கால வெற்றியாளர்!.

வடசேரியிலிருந்து வால்கா வரை...
எஸ்.பி.ஜனநாதன்

"அலைகடலில் எங்களது சிறிய தோணி
கலை உலகில் எங்களது புதிய பாணி"

இது 'சித்ராலயா' திரைப்பட இதழின் முகப்பு முத்திரை எடுகோள். தமிழ் சினிமா இன்று பெருவணிகப் பண்டம். எளியவர்களுக்கு எட்டாக்கனி. ஆனால் இக்கலைத் துறையின் தொடக்கம் அப்படிப் பட்டதல்ல. தெருக்கூத்து, உடல்மொழியை மட்டுமே நம்பிய நாடகம் என்பதைத் தாண்டி உருவானது நாடக அரங்கம். அதனினும் உயரிய கலைத்தேடலும் கருவித்தொடர்பிலுமாக 'சினிமா' முகிழ்த்தது. அறிவியல் கலைக்கருவிகளைக் கையாளுதல், புதியன நாடும் உள்ளம், படைப்பாக்க வேட்கை, சமூக மாற்றச் சிந்தனை, மாற்றுக் கருத்தியல் தெளிவு ஆகிய அகப்புறக்கூறுகளின் கூட்டு வெளிப்பாடாகவே தொடக்கக்காலத் திரைமுயற்சிகள் அமைந்தன.

"தென்னிந்தியாவில் முதன்முறையாகச் சலனப்படம் ஒன்று மதராஸ் விக்டோரியா பப்ளிக் ஹாலில் காட்டப்பட்டபோது இது ஒரு அசுரசக்தியின் பிறப்பு என்று யாரும் அறிந்திருக்கவில்லை. சீக்கிரமே நகரின் சில இடங்களில் சாலையோரக் காட்சிகளாகப் படங்கள் காட்டப்பட்டன. மெக்னீஷிய விளக்கு ஒளியில் - நகருக்கு மின்சாரம் இன்னும் வந்திருக்கவில்லை - கையால் சுழற்றப்பட்ட புரொஜெக்டர் மூலம் ஐந்தாறு நிமிடங்கள் மட்டுமே ஓடிய துண்டுப்படங்கள், காட்சித்துணுக்குகள் போல, நுழைவுக்கட்டணத்துடன் திரையிடப் பட்டன" என்பார் ஆய்வாளர் சு.தியடோர் பாஸ்கரன்.

இப்படித் தொடங்கிய திரை முயற்சி எல்லா கலை வடிவங்களைப் போலவும் ஏற்ற இறக்கங்கள், உள்ளடக்க-வடிவப் புதுமைகள், போலிகள், மரபுகள் - மீட்சிகள், என எல்லா நிலைகளிலும் பயணப் பட்டது எனலாம்.

திரைப்படத்தை அதன் கலை அழகியல் தன்மைகளோடும் அரசியல் நிலைப்பாட்டோடும் அணுகியோர் சிறு குழுவாக அல்லது சிறு எண்ணிக்கையாகத் தொடர்கின்றனர்.

விடுதலைப் போராட்டம், சமூக நீதி, மூடநம்பிக்கை எதிர்ப்பு, பெண்ணுரிமை, மொழி - இனத் தனித்தன்மைகள், உலகமயத்தாக்கம், ஆகியனவும் தேசியம், திராவிடம், தமிழியம், மார்க்சியம் ஆகியனவும் திரைப்படங்களில் தொடர்ந்து பதிவாகின.

இயக்குநர் எஸ்.பி. ஜனநாதன் ஓர் காட்டுச்செடி. தன்னெழுச்சியாகத் திரைக்கு வந்து ஒளிர்ந்தவர். அவர் பிறந்து வளர்ந்து வாழ்ந்தது சென்னைதான் என்றாலும் அவரின் பூர்வீகம் தஞ்சை மாவட்டம் வடசேரி எனும் ஊர். இவ்வூர் மேலத்தஞ்சை - கீழத்தஞ்சை எனும் பகுப்பில் நடுவில் உள்ள ஊர். வேளாண்குடிகள் வறுமை, பஞ்சம் காரணமாக 1940, 50களில் இப்பகுதிகளில் இருந்து பலர் பிழைப்புத் தேடி சென்னைப்பட்டினம் சென்று சேர்ந்தனர். தருமமிகு சென்னையில் இவர்களை ஆட்கொண்டது பட்டாணி வியாபாரம். வடசேரி, தளிக் கோட்டை, உள்ளிக்கோட்டை என இப்பகுதியினர் பட்டாணிக்கடை வைத்தே சென்னையில் கால் ஊன்றினர். பின்னர் திருமணம், குடும்பம் என்றாகிப் புலம்பெயர் வாழ்வு நிலையானது. இப்படி வந்தவர்தான் ஜனநாதனின் அப்பாவும். திருமணமாகி ஏழு பிள்ளைகளைப் பெற்று இளமையிலேயே இறந்து போகிறார். ஜனநாதன்தான் கடைசிப் பிள்ளை. அவரின் அம்மாதான் குடும்பத்தைக் காப்பாற்றிப் பிள்ளைகளை வளர்க்கிறார். வீட்டில் எல்லோரும் 6,7 வகுப்புகளோடு படிப்பை நிறுத்தி வேலைக்குச் சென்று விடுகின்றனர். ஜனநாதன் மட்டும் பி.யு.சி. வரை செல்கிறார்.

குடும்பச் சூழல், சென்னையின் அடித்தள மக்களோடு இணைந்த வாழ்க்கை, குடும்பத்தில் இயல்பிலே அமைந்த திராவிட முன்னேற்றக் கழகத் தொடர்பு, அவைதீகப் பண்பாட்டு ஓர்மை ஆகிய இவையெல்லாம் ஜனநாதனை மாற்றுகளைத் தேட உந்தித் தள்ளின எனலாம்.

நாளிதழ்களை வாசிப்பது, விவாதிப்பது என்ற நிலையிலிருந்து நூல்களை வாசிப்பது என்ற நிலைக்கு மாற நட்பும் தோழமையும் துணையாய் அமைகின்றது. கூடவே ஈழப் போராட்டம், குட்டிமணி, தங்கதுரை கொலை ஆகியன துடிப்புமிக்க ஜனாவை சிந்திக்கத் தூண்டுகின்றன. ஒரு பக்கம் மார்க்சியம் - இடதுசாரி தோழர்கள் மறுபக்கம் ஈழ விடுதலை. தமிழ்த் தேசியம் என இரட்டைச் சிந்தனைகளை உள்வாங்கிக் கொள்கிறார். தன் வீட்டின் ஒரு பகுதியில் 'தமிழ் ஈழம் தேநீர் விடுதி' எனத் தேநீர்க்கடை வைக்கும் அளவுக்கு அவரின் ஈழப்பற்று அமைகிறது.

இத்தருணத்தில் தான் நண்பர்களின் தூண்டலால் திரைத்துறைக்கு அடி எடுத்து வைக்கிறார். மலையூர் மம்பட்டியான் படம் எடுத்த தமிழ்மணி தயாரிப்பில் உருவான 'சோலைக்குயில்' திரைப்படத்தில் உதவி இயக்குனராகச் சேர்ந்தார். அந்த அனுபவத்தை ஜனா, "அப்போது எதையும் சரியாக படிக்கவேண்டும் என்கிற எண்ணம் இருந்தது. நான் உதவி இயக்குநராக சேர்ந்தபோதே அதன் உள்ளே விழுந்துவிட்டேன். என்னுடைய முதல் படத்திலேயே நெகட்டிவ் என்றால் என்ன? பாசிட்டிவ் என்றால் என்ன? டெவலப்பிங் எப்படி இருக்கும் என்கிற விஷயங்கள் எல்லாம் தெரிந்துகொண்டேன்" என்பார்.

ஜனா சதா கற்றுக்கொண்டே இருந்தார். கருவிகளையும் மனிதர் களையும் கற்பதில் தீராத தாகம் உடையவராக இருந்தார். கதை, காட்சி, நடிப்பு, வசனம் என்பதைத் தாண்டியும் கேமரா, லென்சு, எடிட்டிங் என்று திரைத்தொழில்நுட்பங்களில் தேர்ந்தார்.

இயற்கை இவரின் முதல் படம். வித்தியாசமான காதலை இதனுள் தந்தார். தாஸ்தோவ்ஸ்கியின் 'வெண்ணிற இரவுகள்' சாயலில் இதனைப் படைத்தார். தொடர்ந்து ஈ, பேராண்மை, புறம்போக்கு என்று அரசியல், கருத்தியல் சார்ந்த படங்களையே எடுத்தார். இவர் தன்சார்பை வெளிப்படையாக அறிவித்துக் கொண்டார். பேராண்மை பட வெற்றி என்பது கருத்தியல் வெற்றியாகவே பார்க்கப் பட்டது. பாட்டாளி வர்க்க சர்வாதிகாரம், உபரி உழைப்பு, அரிவாள் சுத்தியல் காட்சி எல்லாம் தமிழ் சினிமாவுக்கு ஜனாவின் கொடை. நிமாய் கோஷ், எம்.பி.சீனிவாசன், கே.சுப்பிரமணியம், ஜெயகாந்தன், கோமல் சுவாமிநாதன் என்ற வரிசையில் கலையை அதன் அழகியல் தன்மையோடு அரசியல் படுத்தியவர் ஜனநாதன்.

ஜனநாதன் மக்களை நேசித்தார். உழைப்பை வணங்கினார். கலையை தன் குருதியோடு இணைத்துக்கொண்டார். எளிமை, நேர்மை இவற்றை தன் பண்புகளாக்கிக் கொண்டார். தன் முன்னோடிகளை மதித்தார்: போற்றினார். கலைஞர்களைக் கொண்டாடினார். அவர்களின் உரிமைகளுக்குக் குரல் கொடுத்தார். அவ்வகையில் 'டாக்கீஸ் 75' நிகழ்வெல்லாம் தமிழ்த்திரை வரலாற்றின் மைல்கல். திரைப்பட இயக்குநர்கள், திரைப்படத் தொழிலாளர்கள் நலம் பேணுபவராக விளங்கினார்.

ஜனா வர்க்க அரசியலை தன் வாழ்வில் கடைபிடித்தார்; கலையில் வெளிப்படுத்தினார். பொதுவுடைமை இயக்கத்தோடு தன்னை அடையாளப்படுத்திக் கொண்டார். கட்சித் தலைவர்கள்

தோழர்கள் ஆர்.நல்லகண்ணு, தா.பாண்டியன், சி.மகேந்திரன் ஆகியோருடன் நெருங்கி இருந்தார். இளைஞர் பெருமன்றம், கலை இலக்கியப் பெருமன்றம் ஆகிய அமைப்புகளின் நிகழ்வுகளில் பங்கேற்றார். தமிழ்நாடு கலை இலக்கியப் பெருமன்றம் மன்னார்குடியில் நடத்தும் மக்கள் கலை விழாவில் பங்கேற்கவைக்க முயன்றேன். அவரும் சொந்த ஊர் என ஆர்வமாகவே இருந்தார். அது நடைபெறாமலே போனது. அவர் எப்போதும் தன்னை ஓர் கம்யூனிட்டாகவே உணர்ந்தார். அதில் பெருமிதம் கொண்டார். எனவேதான் 'செங்கொடியை திரையில் காட்டவே சினிமாவுக்கு வந்தேன்' என்று அவரால் முழங்க முடிந்தது.

ஜனா தோழமை ததும்பும் மென்மையும், கருத்தில் தெளிவும் வன்மையும் கொண்ட அற்புதக் கலைஞர். வடசேரி எனும் தமிழ் நாட்டின் சிற்றூரிலிருந்து வால்காநதியின் செம்மைப்பூமி வரை தன் சிந்தனையால் சிறகு கட்டிப் பறந்தவர். உயரே பறந்த எங்கள் ஊர்க் குருவி. அவர் நிகழ்நிரலில் ஏராளம் கலை, சமூக, அரசியல் கனவுகள். எல்லாவற்றையும் பாதியில் விட்டுப் பறந்து சென்று விட்டார்.

அவர் இச்சமூகத்தையும் தான் சார்ந்த கலையையும் நிரம்ப நேசித்தார். தனிவுடைமையை எதிர்த்தார். பொதுவுடைமையை வேண்டினார். எனவே வாழ்க்கைத்துணையைக்கூட கைக்கொள்ள மறுத்தார்.

ஜனாவைக் கொண்டாடுவது நம் ஜனங்களை, ஜனநாயகத்தைக் கொண்டாடுவது. அவர் எப்போதும் நம் ஜனநாதம்!

கலைஞர்களின் கலைஞர் பொ.கைலாசமூர்த்தி

உலகில் மனிதப் பிறப்பு என்பதும் மறைவு என்பதும் இயற்கையானது. எவ்வளவோ மனிதர்கள், எத்தனையோ பயணங்கள். வரலாறு ஒரு சிலரைத்தான் தன்னில் பதிந்து கொள்கிறது. தன்னலம் கருதாது உழைப்பதும் சமூக உயிரியாக உயிர்ப்பதும் மனிதகுல மேம்பாட்டின் அடையாளங்கள். மனித வாழ்வின் அற்புதம் கலை. கலை வாழ்வு என்பது கிடைத்தற்கரியது. தோழர் பொ.கைலாசமூர்த்தி சமூக, கலை வாழ்வு வாழ்ந்த மகத்தான மக்கள் கலைஞர்.

எளிய குடும்பப் பின்னணியில் தோன்றியவர். கதர் உடுத்தி, காந்தியம் ஏற்றுப் பேராயக்கட்சியின் ஆதரவாளனாக வெளிப் பட்டவர். அரசுப் பணிக்கு வந்து 'சங்கம்' சேர்ந்து பொதுவுடைமை இயக்கத்தை வரித்துக் கொள்கிறார். அநீதி கண்டு வெகுண்டெழும் குணம், ஏழை எளியோர்பால் இரக்கம், அனைவரையும் நேசிக்கும் அருளுள்ளம், யாருக்கும் நோகாமல் நடக்கும் சுபாவம் மிக்கவர் கைலாசமூர்த்தி. இப்படி மனிதப் பண்புகளின் மேன்மையோடே யாருக்கும் அஞ்சாத போராட்டக் குணத்தையும் அவரால் கைகொள்ள முடிந்தது. இந்திய சோவியத் நட்புறவுக் கழகத்தில் தொடங்கிய இவரது பயணம் பொதுவுடைமை இயக்கம், இளைஞர், மாணவர், தொழிற்சங்கம், மாதர் அமைப்புகள் யாவற்றுக்கும் உந்து சக்தியாகத் திகழ்ந்தார். எந்த ஊரில் என்ன நிகழ்வு நடந்தாலும் அதில் அவர் இருப்பார்.

தொடக்கத்தில் நல்ல குரல்வளம் மிக்கப் பாடகர். அப்புறம் வீதி நாடகக் கலைஞர்; ஒயிலாட்டக் கலைஞர்; வாத்தியார்; கலைக்குழு ஒருங்கிணைப்பாளர். கலைக்காகவும், கலைஞர்களுக்காகவும் தன்னை, தன் உழைப்பை, ஊதியத்தை முழுக்கச் செலவிட்டார். பாரதி, காந்தி, வ.உ.சி மீது தீராப்பற்றுக் கொண்டவராக விளங்கினார். காலில் சலங்கை கட்டி, கையில் ஜால்ரா ஏந்தி, தலையில் பாகை சூடி 'மாசபையோரே எங்கள் மறையோரே - கோடி வந்தனங்கள்' என அவர் மேடையில் தோன்றும் போது தனிக் கவர்ச்சியும் மிடுக்கும் இருக்கும். பள்ளி, கல்லூரி மாணவர்களை வைத்து நிகழ்வுகள் நடத்தியது மட்டுமல்லாமல் தமிழ்நாட்டின் எண்ணற்ற பள்ளி வாய்ப்பில் செல்வோம் என்றிருந்தோம். அந்த எண்ணம் கை கூடாமலே போனது.

கொரோனா காலத்தில் நாட்டுப்புறக் கலைஞர்களுக்கு உதவித் தொகை அனைவருக்கும் கிடைத்திட பெருமுயற்சி எடுத்தார். பண்பாட்டுத் துறை அமைச்சருக்கும் கோரிக்கை மனு அளித்தோம். அவர் இறந்த அன்று கூட அப்பணியில்தான் ஈடுபட்டார் என்பதறிந்து நெகிழ்ந்தோம்.

மக்கள் கலைஞரின் மறைவுக்குப் பின் அவர் குறித்த பதிவுகளைப் பலரும் வெளியிட்டார்கள். தூய சவேரியார் கல்லூரி நாட்டார் வழக்காற்றியல் ஆய்வு மையம், தமிழ்நாடு கலை இலக்கியப் பெருமன்ற மாநிலக்குழு ஆகியவை இணையவழி அஞ்சலில் கூட்டங்கள் நடத்தின. 'காக்கைச் சிறகினிலே' இதழில் பேராசிரியர் ஆ.சிவசுப்பிரமணியன் கட்டுரை எழுதினார். பலரும் பல நிலைகளில் தோழரைக் கொண்டாடியதும், இறுதி நிகழ்வில் நாட்டுப்புறக் கலைஞர்களின் கலை ஊர்வலமும் தமிழ்ச் சமூக வரலாற்றில் ஒரு மக்கள் கலைஞனுக்குக் கிடைத்த மாபெரும் மரியாதை என்றே சொல்ல வேண்டும். அதற்கு முழுத் தகுதியும் உடையவர் கலைமாமணி தோழர் பொ.கைலாசமூர்த்தி.

விடுதலையை வண்ணங்களில் கரைத்த கலகத்தூரிகை வீர சந்தானம்

தமிழின் முன்னோடி ஓவியக்கலைஞர் வீர சந்தானம் (1947-2017) இன்று நம்மிடம் இல்லை. மிக அமைதியும் அழகியலும் நிரம்பிய பேசாக் கலையான ஓவியத்தை கலகக் கலையாக மாற்றியவர் அவர், தஞ்சை மாவட்டம் கும்பகோணம் அருகில் உள்ள உப்பிலியப்பன் கோயில் என்னும் ஊரில் பிறந்தவர். வேளாண்குடியில் பிறந்த அவர், கும்பகோணம் வட்டாரக் கோயில்களில் திருநாகேஸ்வரம், தாராசுரம், பட்டீஸ்வரம், உப்பிலியப்பன் கோயில் போன்றவற்றின் சிற்பங்களில் பிள்ளைப் பிராயத்திலே தன்னைக் கரைத்துக் கொண்டு வண்ணங்கள் தீட்டினார்.

இந்தி எதிர்ப்பு போராட்டத்தின் போது சமூகம்சார் உந்துதல் பெற்றவர். அப்போது பேரறிஞர் அண்ணாவைச் சந்தித்தவர். பெரியாரால் ஈர்க்கப்பட்டு அவர் கும்பகோணம் வந்த பொழுது அவரையே ஓவியமாக்கித் தந்தவர். கோட்டோவியங்களில் ஈடுபாடு கொண்ட அவர் கும்பகோணம் அரசு கவின்கலைக் கல்லூரியில் பயின்றார். பின்னர் சென்னை கவின்கலைக் கல்லூரியில் முதுகலை பயின்றார். படிக்கும் காலத்திலேயே (1970) கும்பகோணத்தில் ஓவியக் கண்காட்சி நடத்தி அனைவரையும் கவர்ந்தவர்.

மத்திய அரசின் நெசவாளர் சேவை மையத்தில் பணியில் சேர்ந்து, இந்தியாவின் பல இடங்களிலும் பணியாற்றினார். இவர் உருவாக்கிய வடிவமைப்புகள் இவருக்குப் பெரும்புகழ் தந்தன. கல்தூண்களில் இடம் பெற்றுள்ள 108 பறவைகள் ஒன்று சேர்ந்த இவரின் வடிவமைப்பு அனைவரையும் ஈர்த்தது. திரைச்சீலைகள், விரிப்புகள் போன்றவற்றில் புதிய அழகு ஓவியக் காட்சிகளை இவர் உருவாக்கினார். தோல் பாவைக் கூத்துக் கலையின் நுட்பங்களையும், சிற்பங்களின் வடிவமைப்புகளையும் இவர் இணைத்து நவீன ஓவியங்களைத் தீட்டினார். மரபிலிருந்து கிளைத்து நவீனக் கூறுகளை தமிழ்மரபோவியங்களாக உருவாக்குவதில் வீர சந்தானம், ஓவியர் ஆதிமூலத்தின் தொடர்ச்சியாகிறார். ஆதிமூலம், ஓவியர் மருது, வீர சந்தானம் ஆகிய மூவரும் நவீனத் தமிழ் ஓவிய மரபின் முப்பெரும் அடையாளங்களாகக் கருதத்தக்கவர்கள்.

வீர சந்தானம் வாழ்க்கைக்காக அரசுப்பணி பார்த்தபோதும் ஓவியவாணராகத் தோய்ந்தார். அதே நேரத்தில் சமரசமற்ற அவரின் குணத்தால் பல இன்னல்களுக்கு ஆளானார். வாழ்க்கையில் பல நெருக்கடிகளைச் சந்தித்தபோதும் தன்மானத்துடன் வாழ்ந்த கலைஞன் சந்தானம். நண்பர்களின் நூல்களுக்கு அட்டைப் படங்களை அவர் இலவசமாகவே வழங்கினார். அவர் கோட்டோவியங்கள் புது அழகுடன் விளங்கின. படைப்பாளிகள் போட்டி போட்டுக் கொண்டு அவரிடம் ஓவியங்கள் பெற்றனர். அதே நேரத்தில் வணிகப் பத்திரிகைகளுக்கு அவர் படம் வரைவதைத் தவிர்த்தார் என்பது குறிப்பிடத்தக்கது. அவரின் ஓவியங்கள் தேசிய அளவில் பல விருதுகளைப் பெற்றன.

எல்லாவற்றுக்கும் மேலாக வீர சந்தானம் தமிழ்மொழி, இன, அடையாள மீட்பராக விளங்கினார். தமிழின் முகவரியாகத் தன்னை இனம் காட்டினார். 1984களிலேயே ஈழ விடுதலை தொடர்பான ஓவியங்களை வரைந்து காட்சிப்படுத்தினார். “வீரசந்தானத்தின் வளைந்தகோடுகளும் எங்கள் தமிழினத்தை நிமிர்த்தி எழச்செய்யும்” என்பார் காசி ஆனந்தன்.

மார்க்சியம், பெரியாரியம், தமிழியம் ஆகிய தளங்களில் செயல்பட்டார். தீவிரமான பேச்சாளராகவும் அவர் விளங்கினார். அவரின் முழக்கங்கள் கேட்போரைத் தட்டி எழுப்பின.

“நாங்கள் தோற்றுவிட்டோம் என்று நினைக்கிறாயா? உண்மை தான் நாங்கள் தோற்றுவிட்டோம். நாங்கள் வெல்வோம் அதுவும் உண்மை” என்ற நம்பிக்கை பேச்சு அவருடையது. “காந்திதேசம் ஆயுதம் கொடுத்தது. புத்ததேசம் கொன்று முடித்தது” என்றெல்லாம் வெடித்தார்.

அவர் உருவமும், தோற்றமும் அவரை ஒரு சித்தரைப் போல் காட்டும். குரலோ கம்பீரமாக ஒலிக்கும். மனமோ இலவம் பஞ்சினினும் இதமாய் வருடும். அவரின் இத்தகு இயல்புகளால் திரைக்கலைஞராகவும் திகழ்ந்தார். சந்தியாராகம், மகிழ்ச்சி, அரவாண், கத்தி, அநேகன் ஆகிய திரைப்படங்களில் குணச்சித்திர வேடமேற்று நடித்தார். கி.ராவின் ‘வேட்டி’ கதையிலும் பங்கேற்றார்.

2009 இல் நிகழ்ந்த ஈழப்போரின் இரத்தசாட்சியமாக விளங்கும் வகையில் தஞ்சையில் எழுப்பப்பட்ட முள்ளிவாய்க்கால் நினைவு முற்ற வடிவமைப்பு, சிற்பங்கள், ஓவியங்கள் யாவற்றிலும் வீர சந்தானத்தின் மனத்தூரிகைக்குப் பெரும் பங்குண்டு. இங்கேயே பல நாட்கள் தங்கி உழைத்தார்.

"அவர் கலைப் போராளியாகச் செயல்பட்டதை ஒரு கலைஞனின் சமூகப் பொறுப்பை வெளிப்படுத்தியது என்றுதான் கருதுகிறேன்" என்பார் ஓவியர் மருது.

பத்திரிகையாளர் பா.திருமாவேலன் "அவரது கோடுகள் அவரது எலும்பால் ஆனவை. அவரது வண்ணங்கள் குருதியால் ஆனவை, கும்பகோணம் சிலை பார்த்துக் கிடந்தே ஓவியனாய் ஆகி, இன உணர்வால் தமிழ் சிலையாய் நிற்பான் அண்ணன்" என்கிறார். ஆம் வீர சந்தானம் நம் காலத்தின் ஒளிக்கீற்று, விடுதலையை வண்ணங்களால் கரைத்து திரைச் சீலைகளில் படர விட்டவன். அவன் பேச்சும் மூச்சும் தமிழாய் இருந்தது. தமிழ்ப்பெருமிதாய் விளங்கியவன். மாபெரும் மக்கள் கலைஞனை வழக்கம் போல் காலம் காலத்திலேயே காவு கொண்டு விட்டது.

ஒண்ஞாயிறன்னோன் புகழ்மாயலவே...
ந.அதியமான்

நமக்கு இன்றைய தேவை அறிவுத் துறையையும் மக்கள் சமுதாயத்தையும் இணைக்கக்கூடிய செயற்பாட்டாளர்களே என்பார் கலாநிதி கார்த்திகேசு சிவத்தம்பி. நம் அறிஞர்கள் பலர் சமூகத் தொடர்பின்றியும், ஏன் சில வேளைகளில் எதிரியாகவும், இருப்பதை அறித்தால் இதன் அவசியத்தை உணரலாம். மக்களிடமிருந்து கற்றும் பெற்றும் கண்டடைந்த உண்மைகளை மக்களுக்கே கையளிப்பது நல்லது நல் அறிவு வசப்பட்டால் சாத்தியமாகும். அரிதின் முயன்று தான் கண்ட வரலாற்றியல் முடிவுகளை தமிழ் மக்கள் வரலாற்று மீட்டெடுப்பாக முன்வைத்த பேரசிரியர் ந.அதியமான், தமிழ்நாட்டின் கடலியல் ஆய்வு முன்னோடி ஆவார்.

*26.06.1963*ல் திருச்சி மாவட்டம் சிறுகனூரில் விவசாயப் பின்புலம் கொண்ட குடும்பத்தில் பிறந்தவர். தொடக்கத்தில் பொறியியல் பட்டயம் பயின்றவர். பின்னர் 'Diving' என்னும் நீர்மூழ்கும் நுட்பம் கற்றார். கோவா கடலாய்வு மையத்தில் பணிக்குச் சேர்ந்தார். 'நான் 'boy service' பதினெட்டு வயதாகும் முன்பே பணிக்குச் சேர்ந்தவன்' என அடிக்கடிச் சொல்வார். தமிழ்ப் பல்கலைக்கழகத்தின் முதல் துணைவேந்தர் வ.ஐ.சுப்பிரமணியத்தின் அழைப்பின் பேரில் நீர் அகழாய்வு மையத்தில் பணிக்குச் சேர்ந்தார்.

அதியமான் அறிவைச் சேகரிக்கும் துடிப்பு மிக்கவர். நாளும் புதியது கற்கும் ஆர்வம் இயல்பிலேயே அவரிடம் இருந்தது. தமிழ் இலக்கியம், வரலாறு, தொல்லியல், நாணயவியல், சுவடிகள், கல்வெட்டு... எல்லாம் அவரே முயன்று கற்றுத் தேர்ந்தவை மட்டுமல்ல மொழிகளைக் கற்பதிலும் பேரார்வம் கொண்டவர். ஆங்கிலத்தில் மிக இயல்பாகப் பேசவும், எழுதவும் தேர்ந்தவர். அவரின் கட்டுரைகள், நூல்கள் பல ஆங்கிலத்திலேயே வந்தன. ஓரளவு இந்தி மொழிப் பயிற்சியும் உண்டு. தெலுங்கு, மலையாளம், மராட்டி போன்ற இந்திய மொழிகள் அறிவார். ஆய்வுத் தேவை களுக்காக கிரேக்கம், இலத்தீன், பிரெஞ்சு மொழிகளையும் ஓரளவு கற்றதாகக் கூறுவார். இந்தப் பன்மொழிப் புழக்கமும் பல்துறைப்

பயிற்சியும் அவரின் கல்விப்புல ஆய்வுகளின் ஆழ, அகலங்களை விசாலப்படுத்திற்று எனலாம்.

தமிழ் மக்களின் மொழியின் தொன்மைமிகு வரலாற்றுத் தடங்கள் இந்திய அளவிலும், உலக அளவிலும் ஏற்புறுதி பெறும் காலமிது. அகழாய்வுகளும், தொல்பொருள் சான்றுகளும் இதுவரை தொன்மமாகப் பார்க்கப்பட்ட கருதுகோள்களை 'உண்மை வரலாறாக' மாற்றிக் காட்டி யிருக்கிறது. தமிழ்க் கடலியல்சார் ஆய்வுகளுக்கும் இதில் பெரும் பங்களிப்பு உண்டு. கடலோடிகளாகத் திகழ்ந்த ஆதித்தமிழர்களின் கடல் பயணங்கள், கடல் பயண வழிகள், வணிகத் தளங்கள், வணிகப் பொருள்கள், வணிகமுறைகள் குறித்த வரலாற்று, பண்பாட்டுக் கூறுகளை அதியமான் தன் ஆய்வுகளின் வழியே நிறுவிக் காட்டினார். மட்டுமல்ல அவற்றை இந்திய வரலாற்றின் ஒரு பகுதியாக உணர்த்தவும் செய்தது அவரது ஆகச் சிறந்தப் பங்களிப்பு எனலாம்.

கோவாவில் இயங்கும் தேசிய கடலாய்வு நிறுவனத்தோடு இணைந்து பூம்புகார், மாமல்லபுரம் ஆகிய இடங்களில் கடலியல், தொல்லியல் ஆய்வுகளை மேற்கொண்டார். புதுச்சேரி மத்தியப் பல்கலைக்கழகப் பேராசிரியர் ராஜன், தமிழ்ப் பல்கலைக்கழகப் பேராசிரியர்கள் ராஜவேலு, செல்வக்குமார் ஆகியோருடன் இணைந்து பல ஆய்வுகளை நிகழ்த்தி உள்ளார். தாண்டிக்குடி, மயிலாடும்பாறை, மந்திரிப்பட்டினம் ஆகிய இடங்களில் நடந்த கடல்சார் தொல்லியல் ஆய்வுகளில் இவரின் பங்கு பெரிது. சங்க இலக்கியங்களை நுட்பமாகக் கற்றார். இதன் விளைவாக இலக்கியச் சான்றுகளை வரலாற்று ஆய்வுகளில் தேடிக் கண்டார். அரிய பொருள்கள் சிலவற்றை இவர் அடையாளப்படுத்தினார். இதனூடாக சங்க கால வரலாற்றுக்கு அரண் சேர்த்தார். கிழக்குக் கடற்கரை ஆய்வுகளில் ஈடுபட்டு இவர் கண்டுபிடித்த 'நங்கூரங்கள்' பழந்தமிழர் கடல் பயண வழித் தடத்தையும், வரலாற்றையும் மெய்ப்பித்தன.

தமிழ்ப் பல்கலைக்கழகத்தில் துறைத்தலைவர், புலத்தலைவர், ஆட்சிக்குழு உறுப்பினர் போன்ற பல பதவிகளில் சிறப்புறப் பணியாற்றினார். தமிழ்க்கலை, civilization இதழ்களின் ஆசிரியராகவும் இருந்துள்ளார். பல தேசிய, பன்னாட்டுக் கருத்தரங்குகளை முன்னின்று நடத்தியுள்ளார். ஆய்வுத் துறையில் இளைஞர்களை ஊக்குவித்தார். நிகமம், தமிழகக் கடல்சார் வரலாறு, நாவாய் போன்ற நூல்கள் யாவும் மூத்த, இளம் ஆய்வாளர்களின் தொகுப்புக்களே. பா.ஜெயக்குமார், ஆ.துளசேந்திரன், பாவனி போன்ற துறைப் பேராசிரியர்களை ஒருங்கிணைத்து இவற்றைச் செயல்படுத்தினார்.

தம் துறை சார்ந்த அறிஞர்களைப் பொன்னே போல் போற்றுவார். அறிஞர் ஒய்.சுப்பராயலு அவர்களைத் தன் ஞானத்தந்தையாக மதித்தார். செ.ராசு, ஐராவதம், சாந்தலிங்கம் உள்ளிட்ட இந்திய அறிஞர்களோடும், உலக அறிஞர் பலரோடும் நல்லுறவைப் பேணினார்.

தமிழ்ப்பண்பாட்டு உணர்வு உந்துதலை வெளிப்படுத்துவார். தன்னை இடதுசாரி, மார்க்சியக் கருத்தியல் சார்புடையவராக அடையாளப்படுத்திக் கொள்வதில் மகிழ்வார். நாவாவின் ஆராய்ச்சி, உங்கள் நூலகம், சமூக விஞ்ஞானம் ஆகியவற்றில் தொடர்ந்து எழுதினார். தோழர்கள் சி.மகேந்திரன், ஆர்.நல்லகண்ணு, சண்முகம் சரவணன் ஆகியோர் மீது பேரன்புமிக்கவர். 'தாமரை' வளர்ச்சிக்கு உதவினார். கழிந்த சில மாதங்களாக துறைமுகப் பட்டினங்கள் குறித்து மாதம்தோறும் 'தாமரை' இதழில் எழுதினார். அய்யா பழ. நெடுமாறன் அவர்களோடு நெருக்கமாக இருந்தார்.

தமிழ்நாடு கலை இலக்கியப் பெருமன்றமும் நியூ செஞ்சுரி புத்தக நிறுவனமும் இணைந்து நடத்தும் சிறந்த நூல்களுக்கு விருது வழங்கும் திட்டத்தில் சில ஆண்டுகளுக்கு முன் புரவலராக இணைந்தார். சிறந்த ஆய்வு நூலுக்குப் பரிசு வழங்கினார். யார் பெயரில் பரிசு வழங்குவது என வருகிறபோது என் தந்தையார் சிறந்தவர், என்றாலும் அவர் பெயர் வேண்டாம். நான் நாளும் மதித்துப் போற்றும் நம் அறிஞர் பேராசிரியர் ஆ.சிவசுப்பிரமணியன் பெயரில் விருது தரலாம் என்றார். அவரிடமும் இதனை வலியுறுத்தினார். ஆன்றவிந்த கொள்கைச் சான்றோராகிய தோழர் ஆ.சிவசுப்பிரமணியன் கறாராக தன் பெயரில் வேண்டாம் என மறுத்துவிட்டார். பின்னர் அவ்விருதினை தான் மதிக்கும் மூதறிஞர் வ.அய்.சுப்பிரமணியம் பெயரில் அதியமான் வழங்கி வந்தார்.

தொல்லியல் கழகத்தின் பொறுப்பில் இருந்து அதனை முன்னெடுத்தார். 'ஆவணம்' இதழ் தொடர்ந்து வர உதவினார். மாணவர்க்கும், ஆய்வாளர்க்கும் பல உதவிகளைச் செய்து வந்தார். அவரிடம் நல்ல நூலகம் உண்டு. ஆறு மாதங்களுக்கு முன்பு எழுத்தாளர் பிரபஞ்சன் என்னைத் தொடர்பு கொண்டு, கோவலன், கண்ணகி - புகார் குறித்து எழுதத் திட்டம். ஓர் நூல் வேண்டும் கிடைக்குமா? என்றார். சி.கோவிந்தராசனார் எழுதி, மதுரைப் பல்கலைக்கழகம் வெளியிட்ட 'கண்ணகியார் அடிச்சுவட்டில் புகார் முதல் வஞ்சிவரை' எனும் நூல்தான் அது. நான் போராசிரியர் அதியமானிடம் கேட்டேன். இருக்கிறது என்றார். செராக்ஸ் எடுத்து அனுப்பலாம் என்றேன். வேண்டாம் பிரபஞ்சன் ஓர் அற்புதப் படைப்பாளி. அவர் கேட்கிறார்.

நூலை அனுப்பு தம்பி. பிறகு நாம் பார்த்துக் கொள்ளலாம் என்றார்! இதுதான் அதியமான்.

குறைவான வயதில் பல உச்சங்களைத் தொட்டவர் அதியமான். துளியும் கர்வம் கிடையாது. எளிமை, இனிமை அவர் சுபாவம். அழகாக உடுத்துவார். சிரித்த முகமும், குழைவான பேச்சும், குதூகலமும், அவரோடு எப்போதும் இருந்தன. நண்பர்கள், துறை வல்லுநர்கள் ராஜவேலு, செல்வகுமார், நூல்கள், பயணங்கள், ஆய்வுகள்... என அவர் வாழ்வை அமைத்துக் கொண்டார். ஆய்வியல் அறம், ஞானச் செருக்கு, உடல் உயரம் போலவே மேலோங்கிய பார்வை... இதுதான் போராசிரியர் அதியமான். அன்பும் பாசப்பிணைப்பும் கொண்ட வாழ்க்கைத் துணைவி கல்பனா, தன் கணவர் ஆற்றல் உணர்ந்து இறுதி வரை அவரைக் கொண்டாடினார். பேராசிரியரும் துணைவியாரின் சுதந்திரத்தை மதித்தார். தொடர்ந்து அவர் உயர் கல்வியைத் தொடர ஊக்குவித்தார். இரண்டு மகள்கள். காயத்ரி, சுகி நந்தினி.

மரணத்திற்கான வயதில்லை. ஞான அண்ணனை, நாங்கள் இழந்தோம். தமிழ் அறிவுலகம் கடல்சார் வரலாற்று அறிஞனை இழந்துவிட்டது. தமிழினம் வரலாற்று அறிஞனை இழந்துவிட்டது. தமிழின வரலாற்று மீட்டெடுப்பில், சீறிப்பாயும் கடல் அலை போல ஓர் பேரலையாக பேராசிரியர் ந. அதியமான் நின்று நிலைப்பார்.

கடலோர மக்களின் கலைக்குரல் தோப்பில் முகமது மீரான்

"இந்தப் பாலைவனத்திலே நீரூற்று ஏது பாட்டா?" 'அனந்தசயனம் காலனி' சிறுகதையில் மீரான் எழுதிய உயிர் அடி இது. ஒரு வகையில் தோப்பில் முகமது மீரானின் எழுத்து வாழ்வின் குறியீடாகவும் இதனைக் கருதலாம். அவர் மாயிருளின் சிறுபொறி பாலைவனச் சுனை; கசப்பு மருந்தில் கலந்திட்ட தேன். கோட்டான்களூடே பயணித்த ஒற்றைக்குயில்.

தமிழ் நவீன இலக்கியம் தொண்ணூறுகளில் பெரும் பாய்ச்சலைக் கண்டது. யதார்த்த வாழ்வும், எழுத்தும் புதிய அச்சில் அரங்கேறிய தருணம். வட்டார வாழ்க்கையைப் பிரதிபலித்த காலம் போய், நிலவியல் சார்ந்து திணை வாழ்வின் தொடர்ச்சியை தமிழ்ப்புனை கதையுலகு தழுவிய பொழுது அது. திணைக்குடிகள், சேவைக் குடிகள், புதுக்குடிகள்... என மக்கள் திரள் தம் அடையாளங்களைப் பண்பாடு வெளியில் தேடத் தொடங்கியிருந்தன.

இத்தருணத்தில்தான் தோப்பில் முகமது மீரானின் எழுத்துப் பிரவேசம் நிகழ்கிறது. அவர் அறுபதுகளில் எழுதத் தொடங்கி, சில படைப்புகளை எழுதி முடித்துவிட்டபோதும், எழுபதுகளில் இதழ்களில் தொடர் வந்த போதும் 1988-இல் வெளிவந்த 'ஒரு கடலோர கிராமத்தின் கதை' நாவல்தான் அவரின் வெகுஜன அறிமுகமாக அமைகிறது.

"நம்முடைய மொழியில் எழுத வேண்டும். அதுவும் என் கிராமத்து மொழியில் எழுத வேண்டும் என்ற சிந்தனை மட்டும்தான் வாசிப்பு மூலம் எனக்குள் ஏற்படுத்திய ஒரு தாக்கம். எங்க ஊர் மனிதர்களுடைய வாழ்க்கையைச் சொல்ல இங்கு யாருமில்லை என்று எனக்குத் தோன்றியது அல்லாமல் இலக்கியத்தின் அகராதிகளைக் கற்றுக் கொண்ட ஒரு எழுத்தாளன் அல்ல நான்" என்பார் மீரான். அந்த வகையில் அதுவரையில் தமிழ் இலக்கிய உலகம் அறிந்திடாத ஒரு பகுதி மக்களை, நிலத்தை, மொழியை, பண்பாட்டை தன் எழுத்துக்களால் உயிர்ப்பித்தவராக அவர் திகழ்கிறார்.

முகமது மீரான் 26-09-1944இல் குமரி மாவட்டம் நாகர்கோவில் அருகில் தேங்காய்ப்பட்டினம் எனும் கடற்கரையோர ஊரில் பிறந்தார். அவருடன் பிறந்தவர்கள் 13 பேர். அவரின் தந்தை அப்துல்காதர். தாயார் பாத்திமா. இயல்பிலேயே வணிகக் குடும்பம் அவருடையது. தந்தையார் அப்துல்காதர் கருவாடு ஏற்றுமதியில் புகழ்பெற்றவர். இலங்கை, சிங்கப்பூர் நாடுகளுக்கு ஏற்றுமதி வியாபாரத்தில் ஈடுபட்டிருந்தார். சுறாமீன் சிறகுகளுக்கும், ஆமை ஓட்டிலிருந்து தயாரிக்கப்படும் 'அலுகு' என்ற பண்டத்திற்கும். ஏகக்கிராக்கி உண்டு. இவற்றை ஏற்றுமதி செய்ததால் ஓரளவு நல்ல வருமானம் இருந்தது.

மீரானின் தந்தை இறுக்கமான இஸ்லாமிய நடைமுறைகளை ஏற்றவராக இருந்தார். தேங்காய்ப்பட்டினம் இஸ்லாமியர்கள் ஓரளவு செல்வந்தர்களாக இருந்தனர். மதம் மாறாத, அரபு தேசத்திலிருந்து புலம்பெயர்ந்த சுத்த சுயம்புவான இஸ்லாமியர்களாகவும் தங்களைக் கருதிக் கொண்டனர். எனவே நாகரிக ஆடை அணிதல், தலைமுடி வளர்த்தல், அரபி தவிர்த்து ஏனைய மொழிகளைப் படித்தல் ஆகியவற்றை மத விரோதமாகக் கருதினர்.

'ஒரு கடலோர கிராமத்தின் கதை'யில் ஓரிடத்தில் நடந்த உரையாடல்:

"இங்க இங்கிலீசுப் பள்ளிக்கூடம் வரப்போவுது தெரியுமா?"

"தெரியாது,"

"அப்படின்னா தெரிஞ்சுகோ."

"இங்கிலீசு பள்ளிக்கூடம் வந்தா என்னா, வரட்டுமே."

"உனக்கு தலைக்கு வட்டா? வந்தா என்னான்னா, வந்த புள்ளைகளெல்லாம் காபிரா மரிக்கும்."

"அப்படி மரிச்சாலும் பரவாயில்லை. பள்ளிக்கூடம் வந்து புள்ளியோ ரெண்டு எழுத்து படிக்கட்டு. நம்மளெல்லாம் குருடன். அவங்க கண்ணாவது தொறக்கட்டு."

"உனக்கு நல்ல பைத்தியம் புடிச்சிருக்கு; தப்பளம் வைக்கணும்."

இது ஆங்கிலத்துக்கு எதிரானது மட்டுமல்ல. கல்வியே தேவை இல்லை. தமிழும், மலையாளமும் கூடத் தேவை இல்லை. கரும்பலகையில் 'அரபி'யைத் தவிர வேறொரு மொழிக்கு இடமில்லை என்கிற நிலை. இச்சூழலில் தான் மீரான் வளர்ந்தார். தந்தை தவிர்த்த போதும் இவர் படித்தார்.

தேங்காய்ப்பட்டினம் 'அம்சி' பள்ளியில் பயின்றார். பின்னர் இளங்கலை மலையாளம், பொருளியல் பயில்கிறார். தந்தை இறப்புக்குப் பின் கல்வி முற்றுப் பெறுகிறது. என்றாலும் மீரான் சிறு பருவம் முதலே வாசிப்பதில் தீவிர ஆர்வம் கொண்டவராக விளங்கினார். ஊருக்கு அருகில் உள்ள 'பைங்குளம் என்னுமிடத்தில் நாயர்கள் நடத்திய ஒரு நூலகம் இருந்தது. அது பெரும்பாலும் பூட்டியே இருக்குமாம். அங்கு தேங்காய்ப்பட்டினம் இஸ்லாமியர்களுக்கு நூல்கள் கொடுக்க மாட்டார்களாம். ஆனால் மீரான் நூலகரோடு தொடர்பு வைத்து, நூல்களை வாங்கி வாசிப்பாராம். வைக்கம் முகமது பஷீர், தகழி சிவசங்கரன்பிள்ளை, கேசவ தேவ் ஆகியோர் நூல்களை அங்குதான் படித்திருக்கிறார்.

மீரானுக்கு சிறுவயதில் அவருடைய அப்பா ஏராளம் கதை சொல்லியிருக்கிறார். மார்க்கத்தில் முழு ஈடுபாடுள்ள அவர், இஸ்லாமிய நடைமுறை வாழ்வில் மதத் தொடர்புள்ளவர்கள் செய்யும் கேடுகளையும், போலித்தனங்களையும் சுட்டிக்காட்டி உள்ளார். விதவிதமான கதைகள், நிகழ்வுகளை அபிநயங்களோடு நடித்துக் காட்டுவாராம். அவர் தந்தையின் கதை கேட்க வீடே குழுமி இருக்குமாம். இளம் வயதில் கேட்ட இந்தக் கதைகள்தான் பிற்காலத்தில் அவரின் எழுத்து களுக்குப் பின்புலமாக அமைந்தது எனலாம்.

மலையாளம் மொழியும் அதன் இலக்கியங்களும் மீரானின் உருவாக்கத்தில் பெரும்பங்கு வகிக்கின்றன. "வைக்கம் முகம்மது பஷீரின் படைப்புகளை முழுமையாக வாசித்துள்ளேன். முஸ்லீம் சமூகத்தின் வாழ்க்கையைக் குறித்து அவர் எழுதியதைக் கண்டு நாமும் அப்படி எழுதக் கூடாது என்ற எண்ணம் என்னுள் தோன்றியது. தேங்காய்ப்பட்டினமும் அந்த ஊர் முஸ்லீமின் மொழியும் பஷீருக்குத் தெரிய வாய்ப்பில்லை. அப்போது தமிழில் பஷீரை அதிகம் யாரும் வாசித்திருக்க வாய்ப்பில்லை" என தன் படைப்புக்கு உந்துதல் தந்தாக பஷீரை நினைவூட்டுவார்.

மேலும், மீரான் குடும்பம் ஓரளவு வசதிதான் என்றாலும் அவர் களுக்கு மேல்நிலையில் இருந்து அதிகாரம் செலுத்தியவர்களுக்கும் இவர்கள் குடும்பத்துக்கும் தொடர்ந்து சிக்கல் இருந்தது அவரின் தந்தையார் காலத்திலும், பின் தமையனார் காலத்திலும் இது தொடர்ந்த்து. ஊர் விலக்கம், கொடுக்கல் வாங்கல் இல்லாத நிலை... என்றெல்லாம் உருவானது.

தன்னுடைய நேர்காணல் ஒன்றில் இதனைப் பதிவு செய்கின்றார். பள்ளிவாசலின் முன் இருக்கின்ற கருமை நிறம் கொண்ட கல்லின் மீது அமர்ந்து கொண்டு ‘ஊர் விலக்கு’ குறித்து விளக்கி அறிவிப்பார்களாம்.

வசதி படைத்தவர்கள், அதிகாரம் படைத்தவர்கள் உறவுகளே ஆனாலும் ஏழை எளியோரை வாட்டி, வதக்கிச் சிறுமைப்படுத்துவதை மீரானால் ஏற்க முடியவில்லை. சிறு வயது முதல் தந்தையார் சொன்ன நிகழ்வுகளும், தான் நேரில் பார்த்து, அனுபவித்த நேர்ச்சிகளும் மீரானுக்குள் ஒருவிதத் தாக்கத்தை ஏற்படுத்தின எனலாம். இதனை, “எங்களுக்கு எப்போதும் உயர் வர்க்கத்தினரால் துன்பம் ஏற்பட்டது. தற்காப்புக்காகப் போராட வேண்டிய சூழ்நிலையில் மூன்று தலைமுறை எங்களுக்குள்ளே இருந்து கொண்டே இருக்குது. இதற்குள் இருந்து ஒரு கலகக்காரன் உருவாகத்தான் செய்வான். நான் ரொம்ப அடிமட்டத்துல இல்லைன்னாலும் அடிமட்ட மக்களின் அனுபவம் எனக்கு கிடைச்சுப் போச்சு. எனக்குள் ஒரு கலக மனோபாவம் இருந்தது. அநீதிக்கு எதிரா போராடணும்னு ஒரு சுயமே உருவாச்சிது. எப்பவுமே ஒரு சமூகத்தை இன்னொரு சமூகம் ஒடுக்கணும்னு நினைக்கும் போது, ஒடுங்கின சமூகத்தில் ஒரு கலக உணர்ச்சி உண்டாகும். இந்தக் கலக உணர்ச்சி கலையா வெளிப்படலாம். சமூக புரட்சியாளர்கள் உருவாகலாம். சிலர் கலைஞராகவும் வரலாம். நான் இந்தத் துறைக்கு வர அதுதான் காரணம்” என மிகச் சரியாகவே பதிவு செய்கிறார்.

எனவேதான் மீரானின் படைப்புகள் யாவும் இஸ்லாம் சமூகம் குறித்த விமரிசனங்களாக அமைகின்றன. மட்டுமல்ல இவர் படைப்புகளின் அடிநாதமாக விளங்குபவை சுய விமர்சனங்கள். இறுகியே, மூடுண்ட சமூகத்தின் ஊடாகப் பணித்து அதற்குள் ஒரு ஜனநாயக வெளியை உருவாக்கிட மீரான் தன் படைப்புகள் வழியே இறுதி வரை போராடினார். அவர் முழு இஸ்லாமியர்; மார்க்கத்தில் முழு நம்பிக்கை கொண்டவர். தான் சார்ந்த மக்கள் திரளை நோக்கியே பேசினார். தன் மீதும், எழுத்தின் மீதும் ஐயங்கள் எழுப்பப்பட்ட பொழுது மீரான் உரத்துச் சொன்னார்.

“எனக்கு கடவுள் பக்தி உண்டு. ஆனால் அதை நிறுவனமா ஏத்துக்க மாட்டேன். ஒரு நாளைக்கு ஐந்துமுறை தொழுகை பண்ணுவேன். குரான்ல சொன்னதையும் நபிகள் சொன்னதையும் நான் எதிர்க்க மாட்டேன். மாற்றும் சொல்லமாட்டேன். சமுதாயத்தை மட்டும் விமர்சனம் பண்ணுவேன். இஸ்லாம் ஒரு நிறுவனம் அல்ல. மார்க்ஸிசம்கிற கோட்பாடு எப்படி நிறுவனம் ஆச்சுதோ அப்படியே இஸ்லாம் புரோகிதர்களால் நிறுவனமாகி சீரழிஞ்சிடுச்சி.”

மீரானின் மொத்தப் படைப்புகளும் இந்தத் தளத்தில்தான் இயங்கின. அதே வேளை அவர் தனக்கென தனித்ததொரு மொழிதல் முறையை, எடுத்துரைப்பை, புலப்பாட்டு முறைமையை உருவாக்கிக் கொண்டது அவரின் கலையியல் வெளிப்பாட்டு வெற்றியாகும்.

மீரானின் குடும்பத்தவர்கள் ஒரு சுடுகாட்டின் அருகே வசித்தார்கள். அது பனைத் தோப்பாக இருந்தது. அப்பகுதியின் அடையாளமே 'தோப்பு' தான். எனவே முகமது மீரான் 'தோப்பில்' ஆனார். தொடக்கத்தில் மலையாளத்தில் எழுதினார். பின் மலையாளத்தில் எழுதி தமிழுக்கு மொழி பெயர்த்தார். இவற்றில் உயிர்ப்பு இல்லை. எனவே அவருக்கு உவப்பு இல்லை. பின்னர் தான் கேட்ட, பேசிய, புழங்கிய தமிழ் மொழியில் எழுதத் தொடங்கினார். அது மீரானின் மொழியாக, மீரானின் நடையாக அமைந்தது. மீரானின் ஊரில் ஐந்து விதமான தமிழ் இருந்ததாக அவர் கூறுவார். மீனவர்கள் பேசுவது, முஸ்லீம்கள் பேசுவது, நாடார்கள் பேசுவது, நாயர்கள் பேசுவது, பறையர் - புலையர் பேசுவது. இந்தப் பேச்சுகளைக் கூர்ந்து கவனித்தார். இவர் படைப்புகளில் இவற்றைத் துல்லியமாகப் பதிவு செய்தார். கி.ரா.வின் எழுத்துக்கள் மீது ஈர்ப்பும், அவரோடு தொடர்பும் கொண்டவர் மீரான். எனவே, அவரின் படைப்புகளில் வட்டார வழக்கும், நாட்டுப்புறவியல் கூறுகளும் பேரளவில் இடம் பெற்றன. இஸ்லாமிய இனவரைவியல், நாட்டார் இஸ்லாம் எனற வகைபாடு களுக்கு சான்று பகருவனவாக அவர்தம் படைப்புகள் அமைந்தன.

மீரானின் முதல் நாவலாக அறியப்படும் 'ஒரு கடலோர கிராமத்தின் கதை', 'முஸ்லீம் முரசு' இதழில் தொடராக வெளிவந்தது. பின்னர் 1988-இல் புத்தகமாக வெளிவந்தது. இது தேங்காய்ப்பட்டினம் என்ற தமிழகத் தென்கோடி ஊரினை மையமிட்டு இஸ்லாமிய சமூகத்தின் இருப்பினை வரலாற்று நோக்கில் புலப்படுத்திற்று. 'கி.பி.9-ஆம் நூற்றாண்டில் தொடங்கும் சரித்திரம்' சித்திரமாக விரிகிறது. மூன்று தலைமுறையினரின் வாழ்வை, ஏற்ற இறக்கங்களை, மசூதியை, ஊரின் தெருக்களை, விழாக்களை இந்நாவல் விவரிக்கிறது. தங்களை நேரடி 'சுயம்பு' இஸ்லாமியர்களாக நம்பும் மக்கள், மக்களை மதத்தின் பேரால், சடங்குகள், நம்பிக்கைகள் பேரால் ஆட்டிப் படைக்கும் மதகுருமார்கள், ஒரே இனத்தைச் சேர்ந்திருந்தாலும் பொருளாதார நிலையால் மேல், கீழ் ஆகி அதிகார நுதத்தடியில் அல்லல்படும் மக்கள்ஞ் இந்நாவலில் உயிர்ப்புடன் உலா வந்தார்கள். பல நிகழ்வுகள். பல வித மாந்தர்கள், கதைகளின் தொகுப்பாக இது அமைந்தது. ஏறக்குறைய தன் தந்தையார் கூறிய கதைகளின் கூட்டு மொத்தமாக

இதனை மீரான் குறிப்பிடுவார். கதைக் கருவும், மொழியும், வழங்கல் முறையும் தமிழ் இலக்கியப் பரப்பில் புதுமையாக அமைந்தது. அதுவே மீரானை தனித்துவமாகக் கவனிக்கவும் செய்தது. நெய்தல் நிலத்தின் வாழ்க்கையை நவீன இலக்கியத்தில் இது பதிந்தது.

மீரானின் இரண்டாவது நாவல் 'துறைமுகம்'. இது விடுதலைக்கு முந்தைய ஆண்டுகளில் நடைபெறுகின்றது. கடலோர கிராமத்துக் கதையின் தொடர்ச்சி என்பது போல அடுத்தடுத்த தலைமுறைகள் இதில் அங்கம் வகிக்கின்றன. ஏழை, எளிய மீனவர்கள், மீன் வியாபாரிகளுக்கும், தூத்துக்குடி இடைத்தரகர்களுக்கும் இடையே அல்லல்படுவது நாவலாக விரிகிறது. இலங்கையில் இருக்கும் மொத்த வியாபாரிகள். அவர்களும் இங்கிருந்து சென்ற முஸ்லீம்கள் தான். அவர்கள் ஊரில் மசூதி கட்டப் பணம் தருகிறார்கள். இந்த முதலாளிகளின் பிடிக்குள்ளும் இடைத்தரகர்களின் கரங்களுக்குள்ளும் அடித்தள மீனவ இஸ்லாமியர் சிக்கித் தவிக்கிறார்கள். இந்நாவலிலும் இஸ்லாமிய மார்க்கம் இறுகி மீட நம்பிக்கைகள் கோலோச்சுவது சுட்டப் பெறுகின்றது. பள்ளிக்கும் படிக்கச் செல்வது தவறு எனக் கடலோரக் கிராமத்து கதைச் சுட்டும். இதிலோ ஒரு இஸ்லாமிய சிறுவன் பள்ளிக்கு படிக்கச் செல்வதால் அவன் குடும்பம் ஊர் விலக்கம் செய்யப்படுகிறது. மேலும் போலி மதகுரு ஊருக்கு வந்து, தன்னைக் கடவுளின் தூதன் எனக் கூறி சித்து வேலைகளில் ஈடுபடுகிறார். ஓர் நிகழ்வு. கிராமத்து மக்களின் நோய் நொடிகளையும், பில்லி சூனியங்களையும் விரட்டும் அபூர்வ சக்தி அவரிடம் இருப்பதாக நம்புகிறார்கள். தினமும் அவரைக் காண பெருங்கூட்டம். குவளையில் தண்ணீரோடு அவரைக் காண்கிறார்கள். அவரோ அந்தக் குவளையில் எச்சில் துப்புவார். இதுதான் ஆசி வழங்குதல். மக்கள் அந்த எச்சில் கலந்த தண்ணீரை அருந்தினால் அவர்களின் பிணி விலகும். அது மட்டுமல்ல; அவர் ஊரில் தங்கி உள்ள நாட்களில் ஒவ்வொரு நாளும் ஒவ்வொரு வீட்டுலிருந்து ஒரு பெண்ணை அவரிடம் அனுப்பி வைக்க வேண்டும். இப்படியாக மோசடிகள் மிகுந்த 'மதப்போர்வை' மீரானால் தோலுரித்துக் காட்டப்படுகின்றது. இஸ்லாமிய வணிகம், பொருளாதாரம் சார்ந்த நிறைய பதிவுகள் இந்நாவலில் உண்டு.

தமிழ்ச் சூழலில் எப்படி கடுகினும் சிறிய விசயங்கள் சாதி, மதக் கலவரங்களை உருவாக்குகின்றன என்பதை மீரானின் 'கூனன் தோப்பு' நாவல் அற்புதமாகப் பேசுகின்றது. ஒரு ஆற்றின் இரு கரைகளில் வாழும் இருவேறு சமூகங்கள். ஒரு கோழி திருடப்படுவதில்

தொடங்குகிறது மோதல். தனிமனிதப் பிழைகள் பெரிதாக்கப்பட்டு இரண்டு சமூகங்களின், ஊர்களின், மதங்களின் மோதலாக மாறுகின்றது. தனிமனித கௌரவம் - மத கௌரவமாக இடம் மாறி பழிவாங்கலாக, மதப் பெருமிதமாக, மதச் சிறுமைகளாக, மேல், கீழ் குணங்களாக அடையாளப்பட்டு அப்பாவி மக்கள் நாசமாகவும், வீடுகள், சொத்துக்கள் சூறையாடவும் காரணமாகின்றது. இன்றும் சிவகங்கை கச்சநத்தம் தொடங்கி அரியலூர் பொன்பரப்பி வரை நீடிக்கும் இத்தகு 'சிறிய' விசயங்களில் தொடங்கி மனித உரிமைப் பறிப்புகளாக உருக்கொள்வதை மீரான் அன்றே நுட்பமாக தன் படைப்பில் பதிவு செய்திருக்கிறார்.

மீரானுக்கு அவர் எழுத்தின் வீச்சை முன்வைத்த நாவலாக 'சாய்வு நாற்காலி'யைச் சொல்லலாம். பாவுரீன் பிள்ளை எனும் ஒரு முஸ்லீம் வீரனின் ஆளுமையை அலங்காரமாகச் சொல்லும் நாவல். டச்சுக்காரர்களின் தாக்குதலின் போது திருவிதாங்கூர் மகாராஜா மார்த்தாண்ட வர்மாவைக் காப்பாற்றியவர் அவர். மகாராஜா தன் உயிர் காத்த வீரனுக்கு ஒரு ஊர், வாள், பெரிய பங்களா ஆகியவற்றை மகிழ்ச்சிப் பரிசாக வழங்கிறார். அந்த வீரனின் வாரிசுகள் வழியே சுமார் இரு நூற்றாண்டுகளில் நாவல் நிகழ்கிறது. வழக்கம் போல் இந்நாவலிலும் மதப்பிடிப்பு, மூடநம்பிக்கைகள், பழமை மீதான மோகம் போன்றவை இடம்பெறுகின்றன. இந்நாவலில் இடம் பெறும் முஸ்தபான்னு கொடூரமான முரடன். எதிரிகளுக்கு மட்டுமல்ல சுற்றுத்துக்கும் கேடு நினைப்பவன். சுயநலக்கேட்டின் உச்சம். தன்னையே உலகாமாகப் பார்க்கும் சுகவீனம். இந்நாவலில் தொன்மங்கள், மாந்திரீக யதார்த்த ஜாலங்கள் பல இடம் பெறுகின்றன. நாவலே வாழ்வைப் பற்றிய ஒரு விவரணையாகவும், விசாரணையாகவும் அமைகின்றது. பழமையும் புதுமையும் முட்டி மோதி தம்முன் பொருதி நிற்கின்றன.

மீரானின் 'அஞ்சுவண்ணம் தெரு' ஐந்து இஸ்லாமிய நெசவாளர்கள் குடியிருக்கும் தெருவினை உள்ளும் புறமுமாக விவரிக்கும் நாவல். பல்வேறு வகைப்பட்ட மனிதர்களின் வாழ்க்கைக் கோலங்களை ஓர் ஓவியம் போல மீரான் வரைந்து காட்டிவிடுகின்றார்.

நாவல்களில் இஸ்லாமிய சமுதாயத்தின் இருட்டு உலகை தன் கைவிளக்கு ஒளியால் பொது வெளிக்கு கைப்பிடித்து வரும் விதமாக மீரானின் படைப்புத்தளம் இயங்குகிறது எனலாம். சுய விமர்சனம், எள்ளல் ஆகியவை இவற்றின் பொதுக்குணங்களாக விளங்குகின்றன.

ஊர்கள், தெருக்கள், பழக்கவழக்கங்கள், வழக்காறுகள், தொன்மங்கள், புழங்கு பொருட்கள், நம்பிக்கைகள் ஆகியவற்றை படைப்பின் ஊடே பதிவு செய்வதன் வாயிலாக மீரான் தேர்ந்த நாட்டுப்புறக் கதைசொல்லி ஆகத் திகழ்கிறார்.

மீரானின் நாவல்கள் வரலாற்றையும், பண்பாட்டையும் பற்றி அக்கறையைத் தர, அவரின் சிறுகதைகளோ மனித உணர்வு மீட்டல்களாக அமையக் காணலாம். நெய்தல் வாழ்வின் சிறு துளியாய் 'கடல்', தாய்மை அன்பின் உச்சமாக 'உம்மா', மனிதத் தன்மையின் அளவுகோலாக 'அனந்தசயனம் காலனி', சவப்பெட்டி வண்டியில் உயிர் துளிர்க்கும் 'மரணத்தின் மீது உருளும் சக்கரம்'... இப்படி ஏராளம் கதைகள். அன்புக்கு ஏங்கும் மனிதர்கள். வாஞ்சைக்கு தவம் இருக்கும் மனிதர்கள். முதுமை சுமந்து நிற்கும் மனிதர்கள். வலிகளையே வாழ்வாய், வடுவாய் சுமக்கும் பெண்கள்... இவர்கள்தான் மீரானின் சிறகதை மாந்தர்கள். மனித உறவுகளை, மனித நேயத்தை, உள்ள ஈரத்தை அவர்தம் எழுதுகோலுக்கு மையாக்கினார் என்றால் மிகை இல்லை.

மீரானின் வெளியுலகிற்கு அதிகம் அறிமுகம் ஆகாத நிலையில் அவரின் 'ஒரு கடலோர கிராமத்தின் கதை'க்கு மாநில அளவில் சிறந்த நாவல் என விருது வழங்கிச் சிறப்பித்த தமிழ்நாடு கலை இலக்கியப் பெருமன்றத்தை அவர் நன்றியோடு நினைவு கூர்வார். இலக்கியச் சிந்தனை, அமுதன் அடிகள், லில்லி தேவசிகாமணி, த.மு.எ.க.ச, தமிழ்நாடு அரசு விருதுகளைப் பெற்றார். சாய்வு நாற்காலி நாவலுக்காக *(1997)* சாகித்திய அகாதெமி விருதினைப் பெற்றார். நேஷனல் புக் டிரஸ்ட் - ஆதான் பிரதான் திட்டத்தில் அனைத்து மொழிகளிலும் மொழிபெயர்க்கும் சிறப்பினைப் பெற்றார். தன் எழுத்துக்கான போதிய அங்கீகாரத்தைப் பெற்ற மகிழ்ச்சி அவருக்கு எப்போதும் உண்டு.

மீரான் வியாபாரத்தில் கடை ஆளாகத் தொடங்கி முதலாளி வரை பல்வேறு நிலையைக் கண்டவர். பொருளாதார ஏற்ற இறக்கங்களில் பழக்கப்பட்டவர். உறவுகளின் சிக்கல்களை அனுபவித்தவர். ஆனால் இவை எதிலும் தன்னை இழக்கவில்லை. மனிதர்கள் மீதான அக்கறையை இழக்கவில்லை. அன்பொழுக சிநேகித்தார். படைப்பை, படைப்பாளிகளைக் கொண்டாடினார். சக இருதயர்களை மெச்சினார். புன்னகை சிந்தும் வசீகர முகமும், இனிய சங்கீதக் குரலும் அவரோடு பழகியவர்களை எப்போதும் பற்றிப் படர்ந்து வரும் வல்லமை மிக்கவை.

தோப்பில் முகமது மீரான் நவீன தமிழ் இலக்கியத்தில் இஸ்லாமிய வாழ்வையும் பண்பாட்டையும் அவற்றின் வீரியம் குறையாமல் கலை அழகியல் தன்மைகளோடு பதிவு செய்தவர். தமிழ் யதார்த்த எழுத்து மரபின் தொடர் கண்ணியாக விளங்கியவர். நெய்தல் திணைக்குடி இலக்கியத்திற்கு புதிய அணிகலன்களை வழங்கியவர் என மதிப்பிடலாம்.

இலக்கிய இயக்கமாக வாழ்ந்த சுகன்

தஞ்சை பிரகாஷின் தொடர்ச்சியாகத் தஞ்சை வட்டாரத்தில் இலக்கியம் வளர்த்த சுகன் 05.06.2015 அதிகாலை மரணமுற்றார். சௌந்தர சுகன் என்கிற மாத இலக்கிய இதழை 1983 முதல் நடத்தி வந்தார். நோயில் விழும் இரண்டு மாதங்களுக்கு முன் 33 வது இதழ் வெளிவந்தது.

இலக்கிய உலகில் சுகன் என அறியப்பட்ட சுந்தர சரவணன் 05.08.1965ல் தஞ்சையில் பிறந்தார். இவரின் தாத்தா சிவஞானம் விடுதலைப் போராட்ட வீரர். தாயார் ஞா.சுசிலா நகராட்சிப்பள்ளி ஆசிரியை. தாத்தாவின் மீதும் அம்மாவின் மீதும் அளவற்ற ப்ரியம் கொண்டிருந்தார். தாத்தாவின் தாக்கம்தான் சமூகம் சார்ந்த செயற்பாடுகளை அவருள் உருவாக்கியது என்பவர்.

ஆண்டுதோறும் சுகனின் தாத்தாவை நினைவுகூர்ந்து எழுதுவார். அதைப்போல அவர் தாயாரோடு நெருக்கமும் பிணைப்பும் கொண்டிருந்தார். வீட்டிற்கு ‘அம்மா வீடு’ என்று பெயர் சூட்டியிருந்தார். சுசீலா அம்மாவும் சுகனின் நண்பர்களுக்கெல்லாம் இலக்கிய அம்மாவாக வலம் வந்தார். அவர் இறந்த பின்பு அவர் நினைவாக சில ஆண்டுகளாக விழாக்களும் நடைபெற்றன.

சுகன் கவிஞர். ‘பூஞ்சாலி’, ‘சாமக்கூத்து’, ‘காதல் லிபிகள்’; உள்ளிட்ட பல கவிதை நூல்கள் வெளிவந்துள்ளன. ‘ஆழத்திலிருந்து அனல் ஒன்று’ என்பது அவரின் சிறுகதை நூல். சுகன் இதழில் தொடர்ந்து எழுதினார்.

கம்பளிப்பூச்சிகளுக்கு / முத்தம் கொடுத்துவிட்டு / உங்களை யார் / உதடுகளைச் சொறியச் சொன்னது

என தமிழ்வழிக்கல்வியை விடுத்து ஆங்கில மோகத்தில் திளைத்தவர்களை கேள்வி கேட்டவர் அவர்.

தமிழ்த்தாய் இலக்கியப் பேரவை என்ற அமைப்பை ஏற்படுத்திய பல ஆண்டுகள் நண்பர்களோடு இணைந்து சில ஆண்டுகள் செயல்பட்டார். இறுதியில் சுகன் ‘இலக்கியச் சுற்றம்’ என்ற பெயரில் சந்திப்புகளை நடத்தினார்.

சுகன் மிக எளிமையாகப் பழகக்கூடியவர். சிறு வயதிலிருந்தே இலக்கியத் தேடலில் ஈடுபட்டவர். அவரும் கவிஞர் வெற்றிப் பேரொளியும் இணைபிரியா இலக்கிய இரட்டையர்கள். சிற்றிதழ் சேகரிப்பு, சிற்றிதழ் இயக்கம் ஆகியவற்றில் அளப்பரிய பங்களிப்பை நல்கியுள்ளார். தமிழ்நாடு முழுக்க உள்ள இலக்கியச் சிற்றிதழாளர்களை ஒருங்கிணைத்தார். பாரதிதாசன் பல்கலைக்கழகத்தில் பேரா. மதிவாணன் வழிகாட்டுதலில் சிற்றிதழ்கள் பற்றி ஆய்வுக்காக முனைவர் பட்டமும் பெற்றார். சிற்றிதழ்கள் குறித்த ஆவணப் படம் ஒன்றையும் எடுத்துள்ளார். பல சிற்றிதழ்களின் முதல் இதழ்களைச் சேகரித்து ஆவணப்படுத்தியுள்ளார்.

நவீன இலக்கியத்தில் அதிகம் அக்கறையில்லாத நிலை தஞ்சைப் பகுதியில் நிலவியபோது சுகன் இதழ் வாயிலாக பல இளைஞர்கள் எழுத வந்தனர். சுகன் அவர்களுக்கு ஊக்கம் தந்தார். ஓர் இதழ் கூட விடுபடாமல் தொடர்ந்து 32 ஆண்டுகள் இதழ் நடத்தியதே பெருஞ் சாதனைதான். சுகன் இதழில் எழுதிப் பயிற்சி பெற்றவர்கள் பலர், இன்று பல்வேறு கலை இலக்கியத்துறைகளில் வளர்ந்துள்ளனர். இலக்கிய இரட்டையர்களான லல்லிகண்ணனும் தி.க.சி. யும் சுகனை அவரது இதழில் பங்களிப்புக்காக பாராட்டி வந்தனர்.

'எழுதுகோலால் எண்ணிக்கண் திறப்போம்' என்ற தலைப்பில் அவர் சுகன் இதழில் எழுதிய தலையங்கங்களில் கூர்மையான சமூக விமர்சனங்கள், நடப்பு தமிழ்ச் சமூகத்தை நேர்மையோடு அவர் பதிவு செய்தார். தஞ்சை பெரிய கோவில் பூங்கா தொடங்கி நகரின் இலக்கியச் சந்திப்புகள் புகழ்பெற்றவை. தஞ்சை ப்ரகாஷ் தம் இறுதிக்காலத்தில் சுகனோடுதான் அதிக காலம் கழித்தார் சுகன் இதழில் தொடர்ந்து எழுதினார். அவர் மறைவுக்குப்பின் சுகன் எழுதிய 'தஞ்சைப் ப்ரகாஷ் சில குறிப்புகள்' ஒரு முக்கியமான பதிவாகும். எழுத்தாளர் பலரோடும் நல்ல உறவிலிருந்தோர் எல்லோரையும் 'அய்யா' என்று வாய் நிறைய அழைக்கும் சுகன் இன்றில்லை. இலக்கியத்தில் தன் தனிப்பட்ட சாதனைகளைவிட இதழின் வழியாகப் பலரை உருவாக்குவதையே பெரிதெனக் கருதியவர். மிகக்காலங்கடந்து அவருக்கு ஆசிரியப் பணி வாய்த்தது. தன் உழைப்பையும் செல்வத்தையும் இதழ் நடத்துவதிலும் இலக்கியம் வளர்ப்பதிலும் செலவிட்டார்; இலக்கிய இயக்கமாகவே அவர் வாழ்ந்தார்.

சக்கரைநோய் இருந்தது தெரியாமல் தாமதமாக அறிந்து புண் அறுவைச் சிகிச்சை என சில மாதங்களாக மருத்துவமனையில்

துயருற்று எல்லாச் சேமிப்பையும் இழந்து கடனாளியாகி அவரையும் இழந்து நிற்கிறது அவர் குடும்பம்.

சுகனால் வளர்ந்தவர் பலர். நெருக்கடி நேரத்தில் நண்பர்கள் சிலரே துணைநின்றனர். தஞ்சை இரா. செழியன், கவிஞர் வெற்றிப் பேரொளி. வனம் செழியரசு, இலக்குமிகுமாரன், இளங்கோவன் போன்றோர் மருத்துவ நெருக்கடிகளில் உதவியுள்ளனர். தமிழ் இலக்கிய உலகம் வழக்கம் போல அதன் போதாமைகளால் வறுமையால் கவனிப்பாரற்றத் தன்மையினால் 50 வயதில் சுகனையும் பறிகொடுத்து நிற்கிறது.

வண்டலாய் வாழ்வார்: சோலை சுந்தரபெருமாள்

சோலை சுந்தரபெருமாள் *(09.05.1953 - 12.01.2021)* கீழத்தஞ்சை மண்ணையும் மக்களையும் தன் எழுத்துக்கள் வழி வாழ்வித்தவர். திருவாரூர் அருகே அம்மையப்பன் - காவனூரில் பிறந்து வளர்ந்த அவர் வேளாண்குடியைச் சார்ந்தவர் என்றாலும் அவரின் தந்தையோ கொத்தனார். ஊர்ப்புறச் சேவைக் குடிகள்போல் எளிமையான வாழ்வுதான். இந்தக் குடும்பச் சூழல் காரணமாகவும் இளமையில் தாயை இழந்ததாலும் சுந்தரபெருமாள் அடிப்படைக் கல்வியோடு வேலை தேடலானார். தந்தையோடு சித்தாளாகவும் சென்றார்.

துணிக் கடை, மளிகைக் கடைகளிலும் வேலை பார்த்திருக்கிறார். தொழிற்கல்வி ஆசிரியர் பயிற்சி முடித்திருந்த இருவருக்கு அரசுப் பள்ளியில் தொழிலாசிரியர் பணி கிடைத்ததுதான் வாழ்வின் திருப்புமுனையாக அமைந்தது.

ஊர்ப்புறங்களில் தொழிலாசிரியர்கள் பெரும்பாலும் கல்விசாராப் பணிகளில் ஆர்வம் காட்டுவது இயல்பு. இவரோ இதற்கு மாறானவர். பாடம் நடத்துவது, பாடப் புத்தகங்களுக்கு வெளியே இலக்கிய நூல்களை மாணவர்களுக்கு அறிமுகப்படுத்துவது, பள்ளி நூலகப் பொறுப்பேற்றுச் செயல்படுத்துவது என்றிருந்தார். பணியில் இருந்து கொண்டே தமிழ் இலக்கியம் பயின்று தமிழாசிரியராகவும் தன்னை தரம் உயர்த்திக்கொண்டார். தீராத படிப்பாளி, நூல்களைத் தேடித் தேடிப் பயின்றவர். தன் இல்லத்தில் அரிய நூலகம் ஒன்றையும் உருவாக்கினார்.

வளர்ந்த சூழல்

இவர் வாழ்ந்த அம்மையப்பன் பகுதி திராவிட இயக்கம் அடர்த்தியாக இருந்த இடம். பெரியார், கருணாநிதி கொள்கைகளில் ஈர்ப்பும், பாரதிதாசன் கவிதை மீது புற்றும் கொண்டார். ஏழ்மையும் வறுமையுமிக்க வாழ்க்கைப் பின்புலமும், ஊர்ப்புற உழைக்கும் மக்களின் இன்னல்பாடுகளை நேரடியாகக் கண்டுணர்ந்த அனுபவமும் இவரிடம் இயல்பிலேயே ஒடுக்கப்பட்டோர் சார்நிலையை உருவாக்கிற்று எனலாம்.

பள்ளி ஆசிரியர் வாழ்வும், சங்க அமைப்பும் இடதுசாரித் தோழர்களை அவருக்கு அறிமுகப்படுத்திற்று. தொடக்கத்தில் தமிழ்நாடு கலை இலக்கியப் பெருமன்றத்திலும், பின்னர் தமிழ்நாடு முற்போக்கு எழுத்தாளர் சங்கத்திலும் செயல்பட்டார். மார்க்சிஸ்ட் கட்சியின் மாநில, மாவட்டத் தலைவர்களோடும், முற்போக்கு எழுத்தாளர் சங்கத் தோழர்களோடும் அணுக்கமாக இருந்தார்.

தீவிர வாசிப்பின் வழியே கவிதை, பயிற்சி எழுத்து இவற்றிலிருந்து தன் படைப்பூக்கத்தை திசைமாற்றிக்கொண்டார். 1980 தொடங்கி பத்தாண்டுகள் எழுதிப் பழகினார் என்றே சொல்ல வேண்டும். 1987-ல் 'கலைமகள்' இதழில் பரிசு வென்ற 'மனசு' குறுநாவலும், அதே ஆண்டு 'தாமரை' இதழில் வெளிவந்த 'தலைமுறைகள்' சிறுகதையும் இலக்கியத் தடத்தில் சோலையின் முதல் காலடிகள். கவிஞர் கே.சி.எஸ்.அருணாசலத்தின் ஊக்கத்தால் தொடர்ந்து 'தாமரை'யில் எழுதினார். 1990-ல் 'உறங்க மறந்த கும்பகர்ணர்கள்' நாவலை 'சுபமங்களா' இதழ் சிறந்த நாவலாகப் பட்டியலிட்டது.

இலக்கியப் பங்களிப்புகள்

'ஒரே ஒரு ஊர்ல', 'நஞ்சை மனிதர்கள்', 'செந்நெல்', 'தப்பாட்டம்', 'பெருந்திணை', 'மரக்கால்', 'தாண்டவபுரம்', 'பால்கட்டு', 'எல்லைப் பிடாரி' உள்ளிட்ட பத்து நாவல்களை சோலை படைத்துள்ளார். 'மனசு', 'குருமார்கள்', 'காத்திருக்கிறாள்' ஆகிய குறுநாவல் தொகுப்புகளை வெளியிட்டுள்ளார். 'மண் உருவங்கள்', 'வட்டத்தை மீறி', 'மடையான்களும் சில காடைகளும்', 'வெள்ளாடுகளும் சில கொடியாடுகளும்', 'கப்பல்காரர் வீடு' ஆகிய எட்டு சிறுகதைத் தொகுப்புகள் வழி நூற்றுக்கும் மேற்பட்ட சிறுகதைகளைப் படைத்துள்ளார். தமிழர் திருமண முறை, மருத நிலப் பண்பாடு, வண்டல் உணவுகள் குறித்த கட்டுரை நூல்களும் முக்கியமானவை.

கா.சி.வேங்கடரமணி முதல் யூமாவாசுகி வரை தஞ்சை வட்டார எழுத்தாளர்களின் ஐம்பது சிறுகதைகளை 'தஞ்சைச் சிறுகதைகள்' என சோலை தொகுத்தார். உ.வே.சா. முதல் சிவக்குமார் முத்தையா வரை ஐம்பது சிறுகதைகளை 'தஞ்சை களஞ்சியம்' எனத் தொகுத்தார். இந்தத் தொகுப்புகளில் இவர் எழுதிய எழுத்தாளர் அறிமுகக் குறிப்புகள் முக்கியமானவை. 'மூவலூர் இராமாமிர்தத்தம்மாளின் மதிபெற்ற மைனர்(அ) தாசிகளின் மோசவலை' எனும் தமிழின் முக்கியமான நாவலை 1932-க்கு பிறகு எழுபதாண்டுகள் கழித்துப் பதிப்பித்து வெளியிட்டது குறிப்பிடத்தக்கது.

1990 தொடங்கி 2016 வரை ஏறக்குறைய 25 ஆண்டுகள் தீவிரமாகத் தொடர்ந்து எழுதியவராக சோலை சுந்தரபெருமாளைச் சொல்ல முடியும். "ஒரு படைப்பு கலாபூர்வமாக வெற்றி பெற வெண்டுமானால் சமூக உணர்வுடன் மக்களின் வாழ்வியல் பண்பாடு கலாச்சாரக் கூறுகளில் உள்ள சிறிது நுகர்வைக்கூட நசுக்கிவிடமால் ஒளி - ஒலிப்பதிவு செய்துவிட வேண்டும். ஒளிப்பதிவினுள்ளே புறச்சூழலில் ஏற்படும் தொடர்பற்ற ஒலிகளும்கூட மாந்தர்களின் உணர்வுகளைத் திசைதிருப்பிப் புது வேகத்துக்கு உட்படுத்திவிடும்" எனப் படைப்புக்கு வரையறை சொன்னவர் சோலை. இதன்படியே தன் எழுத்து வாழ்க்கையை அமைத்துக்கொண்டார்.

சமூக யதார்த்த எழுத்து

தஞ்சை எழுத்து என்பது 'மணிக்கொடி'யில் தொடங்கி கும்பகோணத்தை மையமிட்டு அடையாளப்பட்டது. காவிரி, கோயில், கோபுரம், இசை, நாட்டியம், இல்லறம் என வாழ்வின் துய்ப்பை முதன்மைப்படுத்தியது. மேட்டிமை வாழ்வும் மொழியும் அவ்வழி வந்த எழுத்தாளர்களால் மொழியப்பட்டது. தூயக் கலை பேசி, பற்றி எரிந்த விடுதலைப் போராட்டம் உள்ளிட்ட எந்த அரசியலையும் தன் மேனியில் பூசிக்கொள்ளாமல் புனிதம் காத்தது. தமிழ் நவீனத்துவம் இப்படி தஞ்சையில் நிலைகொள்ள, நிலவுடைமையின் உச்சமாக 44 உயிர்களை எரித்துச் சாம்பலாக்கிய அவலம் நடந்தேறியது. இதன் தாக்கம் இலக்கிய அரங்கையும் அசைத்தது. இந்த வெண்மணிக் கங்கின் ஒளிக்கீற்றாய் சோலை முகிழ்த்தார் எனலாம். சமூக யதார்த்த எழுத்தின் சாத்தியங்களைத் தன் எழுத்தில் தீட்டிக்காட்டினார்.

வெண்மணியில் பொசுங்கிய உடல்களை டிராக்டரில் ஏற்றிக் கொண்டு செல்வதைச் சிறுவனாக இருந்தபோது பார்த்த பதைபதைப்பே 'செந்நெல்' நாவலின் மூலம் என்பார் சோலை. ஓர் இலக்கியக் கணக்குத் தீர்ப்பாகவே இதை எழுதினார். 32ஆண்டுத் தணலின் வெப்பிராளம் அது. பாலியல் உளவியலாகவும் சாதியமாகவும் திசைமாறிப் புனையப்பட்ட 'குருதிப்புன'லுக்கு மாற்றீடு. வெண்மணி நிகழ்வின் ஐம்பதாண்டு கழிப்பில் தீர்ப்புகள் திருத்தப்பட வேண்டும் என்ற ஆதங்கக் குரல்களுக்கு, சோலையின் 'செந்நெல்' எழுத்து ஒரு வாக்குமூலமாக அமையும்.

சோலையின் 'தப்பாட்டம்' இந்திய சாதி அமைப்பின் வேர்களைத் துழாவி, வர்க்கம், சாதி முரணில் இடதுசாரிகளை உரசிப்பார்த்தது. தன் தோழர்களிடமிருந்தே விமர்சனங்களைப் பெற வேண்டி

அமைந்தது. அதேபோலதான், 'தாண்டவபுரம்' நாவலும். ஆரிய மதம், சைவ மதம் எனப் பகுத்து, தமிழ்த் தேசியம் என்றெல்லாம் பேச முயன்றார். இந்நாவலும் மதவாதிகள், இடதுசாரிகள் ஆகிய இருதரப்பு எதிர்ப்பையும் எதிர்கொள்ள வேண்டியிருந்தது.

வண்டல் வாழ்வு

சோலை கள்ளங்கபடமற்றவர். இந்த மண்ணை, மக்களை அதிகம் நேசித்தவர். எவ்விதத் துணையுமின்றி 'வண்டல்' எனத் தன் ஒற்றைக் குரலைக் கூவிக் கூவி முன்மொழிந்தவர். ஆர்.சண்முகசுந்தரத்தின் 'கொங்கு' போல, கி.ரா.வின் 'கரிசல்' போல 'வண்டல்' சோலையின் வழிமொழிவு. அதற்காக வசைகளையும் சுமந்தார். "மருத நிலத்தையே தங்கள் 'வாழ்க்கை'யாகக் கொண்ட வேளாண் மக்கள் முதன்மை யானவர்கள். அவர்களின் பண்பாட்டுக் கூறுகளை படைப்பிலக்கியம் உள்வாங்கிக்கொண்டு வெளிப்படுத்தவில்லை. அப்படியே செய்திருந்தாலும் சேற்றில் வாழும் மனிதர்கள் ஒரு ஓரமாகவே நிறுத்தப்பட்டிருக்கிறார்கள்" என்பது சோலையின் கவலை.

அவர் தன் வண்டலை படைப்பு மொழியிலிருந்து தொடங்கினார். அவரின் எழுத்து வாழ்வின் தொடக்கமே அதற்குச் சான்று. 1987-ல், அவரின் பரிசு பெற்ற 'கலைமகள்' இதழ்ப் படைப்பு குறித்து அதன் ஆசிரியர் கி.வா.ஜயநாதன், "இது போன்ற படைப்பை 'கலைமகள்' வெளியிடுவது இதுதான் முதலும் கடைசியுமாக இருக்கும். உங்களுக்கு ஏற்ற பத்திரிகைகளிலே இனி எழுதிக்கொள்ளுங்கள்" என்றாராம். சோலை தன் முடிவில் உறுதியாக இருந்தார். 'தாமரை'யில் தொடர்ந்து எழுதினார். அப்போது எழுதத் தொடங்கிய சி.எம்.முத்து மேலத்தஞ்சைக்கும், சோலை கீழத்தஞ்சைக்குமான மொழியைப் பயன்படுத்தினர்.

படைப்பு மொழியும் விமர்சனங்களும்

சோலை அவரது படைப்பு மொழி சார்ந்தே அதிக விமர்சனங்களை எதிர்கொண்டார். சோலையின் படைப்புகள், பாடங்களாகப் பள்ளிகள் முதல் பல்கலைக்கழகங்கள் வரை இருக்கின்றன; பெரும் போராட்டங் களினூடே இவை சாத்தியமாயின. பத்தாம் வகுப்பு துணைப் பாடநூலில் இடம் பெற்று சிக்கலுக்குள்ளான 'மண்ணாசை' சிறுகதை ஆகட்டும், பல்கலைக்கழகங்களில் இடம் பெற்ற 'ஒரே ஒரு ஊர்ல', 'செந்நெல்' நாவல்களாகட்டும் எல்லாமே கொச்சை, ஆபாச மொழி என்றெல்லாம் அவதூறு செய்யப்பட்டன. அதற்கு மொழி குறித்த ஆதிக்க மனநிலையும் ஒரு காரணம்.

பொது மொழி என்பது ஒருவித அதிகாரம் சார்ந்தது. புழங்கு மொழி விளிம்பாகவே அமையும். இதைப் புரிந்துகொண்டே அவர் வலிந்து அதைப் பயன்படுத்தினார். மொழியைப் பண்பாட்டின் ஒரு கூறாகக் கண்டார் சோலை. அவரின் படைப்புகளில் மருத நிலத்தின் பயிர்கள், உயிர்கள், புழங்கு பொருள்கள், விழாக்கள், சடங்குகள், நம்பிக்கைகள், தொன்மங்கள், மக்கள் தெய்வங்களெல்லாம் வாழ்வாங்கு வாழும் நிலையைக் காணலாம்.

உழைக்கும் மக்களின் குரல்

தஞ்சைக் கதைகளின் தொகுப்பு, அம்மையப்பன் வட்டார நாட்டுப்புறக் கதைகள் பதிப்பு, வண்டல் உணவுகள், கீழத்தஞ்சை களப்போராளிகளின் வாய்மொழி வரலாறு உள்ளிட்ட இவரின் பிற முன்னெடுப்புகளும் நாட்டார் மரபின் தேடலையும் தேவையையும் உணர்த்தி நிற்பவை. தஞ்சை வட்டார வழக்குச் சொல்லகராதி விரைவில் வெளிவர உள்ளது.

வேளாண் தொழிலாளர்களை, சேவைக் குடிகளை, உதிரிப் பாட்டாளிகளையே சோலை தன் படைப்புகளில் நாயகர்களாகச் சித்தரித்தார். அவரின் கதையுலகப் பெண்கள் அந்த மண்ணின் தன்மையை எதிரொலித்தார்கள். அவர்களின் ஈரத்தையும் வீரத்தையும் ஒருசேர காட்சிப்படுத்துவர். வர்க்கம், சாதி ஆகிய இரட்டை ஒடுக்கு முறைகளுக்கு ஆளான ஆண்கள் தங்கள் மனைவிமார்களை ஒடுக்கும் அவலத்தை சோலையால் சுட்ட முடிந்தது. தி.ஜா.வும், கு.ப.ரா.வும் காட்டிய பெண்களின் மறுதலையாக சோலையின் பெண்கள் திகழ்ந்தார்கள்.

வண்டல் எனும் வளமையின் குறியீட்டைத் தன் எழுத்தாக, வாழ்வாகக் கடைப்பிடித்தார் சோலை. வாழ்க்கைச் சிக்கல்கள், தொடர் நோய்த் தாக்குதல்களில் சிக்கி சில ஆண்டுகளாகப் போராடி வந்தார். எழுத்தில் போராடி வென்றவர் மரணத்தையும் வெல்வார் என்ற எதிர்பார்ப்பு பொய்த்தது. வண்டலின்றி சோலை ஏது? என்றும் வண்டலாய் வாழ்வார்!

இராஜம் கிருஷ்ணன் நினைவுப் பகிர்வு

இராஜம் கிருஷ்ணன் (05.11.1925 - 20.10.2014) சமூக மேம்பாட்டிற்காக தனது எழுத்தை ஆயுதமாகப் பயன்படுத்தியவர். திருச்சி அருகே முசிறியில் பிறந்த அவர் முறையாகப் பள்ளிப் படிப்பைக் கூடத் தாண்டாதவர். அக்கால வழமைப்படி மிக இளம் வயதில் ச.முத்துக்கிருஷ்ணன் என்பவரை மணந்தார். அக்குடும்பமும் மிகப்பெரியது. கூட்டுக் குடும்பமும் கூட. துணைவர் நீர் மின் பொறியாளர். பணியின் பொருட்டு இந்தியாவின் பல இடங்களிலும் வசிக்கும் வாய்ப்புக் கிடைத்தது.

இராஜம் கிருஷ்ணன் தானே முயன்று ஆங்கிலம், தமிழ், இந்தி, மலையாளம், கன்னடம், சமஸ்கிருதம் முதலிய பல மொழிகளைக் கற்றார். தமது இருபதாம் வயதில் எழுதத் தொடங்கினார். ஏறக்குறைய உடல் நிலை குன்றிய இறுதிப் பத்தாண்டுகள் தவிர அறுபதாண்டுகள் அவர் எழுத்து வாழ்க்கை நடத்தினார். சிறுகதை, நாவல், நாடகம், கட்டுரை, ஆய்வு வாழ்க்கை வரலாறு... எனப் பல இலக்கிய வகைமைகளிலும் அவர் நிரம்பி எழுதினார்.

எழுத்துப் பின்புலம்

தனது குடும்பச் சூழலின் மரபு அழுத்தம் அவருக்கு சீர்திருத்த மனோபாவத்தை விதைத்திருந்தது. அந்நிய ஆதிக்கத்துக்கு எதிரான விடுதலை உணர்வு. சமூக ஏற்றத் தாழ்வுக்கு எதிரான சமத்துவ உணர்வு, மூட நம்பிக்கைகளுக்கு எதிரான பகுத்தறிவுச் சிந்தனை ஆகியவை இராஜம் கிருஷ்ணனின் சமூகப் பார்வையை உருவாக்கின. இறுதி வரை எல்லா நிலையிலும் 'பெண் மைய', 'பெண் உரிமை'ப் பார்வை அவரிடம் முதன்மை பெற்றது. கணவர், படிப்பு, வாழ்க்கை, சூழல் அவருக்கு சிந்திக்கும், செயல்படும் சுதந்திரத்தை அளித்தது. என்றாலும் அவரின் இளமை அனுபவங்கள், குடும்பம், சமூக நிகழ்வுகள் பெண்ணை மிகமிக மோசமாக நடத்தும் போக்கை உணர்த்தி, அவற்றுக்கெதிராக மிக உறுதியாக அவரைப் போராடத் தூண்டின எனலாம்.

இராஜம் கிருஷ்ணன் எழுதத் தொடங்கிய காலத்தில் எழுத்தாளர்கள் பலரும் காந்தியத்தை கதைப் பொருளாக்கி வண்டி வண்டியாகச் சீர்திருத்தம் பேசவே முனைந்தனர். பெண் எழுத்தாளர்களோ, குடும்பக்

கதைகளை, இன்றையத் தொலைக்காட்சித் தொடர்கள்போல கூட்டம் கூட்டமாக அழும் பெண்களைப் படைத்து, படிப்பவர்களையும் அழச்செய்து வெற்றிக்கொடி நாட்டி வந்தனர். இச்சூழலில்தான் இராஜம் கிருஷ்ணன் சமையல் அறையிலும், படுக்கையறையிலும், வரவேற்பறையிலும் இருந்த பெண்களை, வாசலுக்கும், தெருக் கோடிக்கும் அழைத்து வந்தார், மட்டுமல்ல இதுவரை ஆண்களே தொடாத பல இடங்களை, மக்களை கள ஆய்வு மூலம் படைப்புகளில் வாழ்க்கைப்படுத்தினார்.

இராஜம் கிருஷ்ணன் நாட்டு விடுதலையை வேண்டியே நின்றார். காந்தியை மதித்தார், நம்பினார். விடுதலைக்குப் பின் காந்தியமும், காங்கிரஸீம் சுய நல அரசியலில் முகிழ்ப்பதை வெறுத்தார். மக்களுக்கு சமூக விடுதலை, பொருளதார விடுதலை வேண்டும் எனக் கருதினார். மார்க்சியம், பொதுவுடைமை ஆகியவை அதற்குத் தேவை என எண்ணினார். எல்லா நிலையிலும் பெண் உயர வேண்டும் என விரும்பினார். இந்த கருத்தியல் சார்புதான் அவரைத் திணைப்புலங்களை நோக்கித் திருப்பிற்று எனலாம்.

இராஜம் கிருஷ்ணன் தொடக்கத்தில் ஆங்கிலத்தில் புலமை பெற்றார். ஆங்கிலத்தில் எழுதினார். பின்னர் தமிழைக் கற்றுப் பிழையற, அழகாகத் தமிழில் எழுதினார். ஆழங்கால் பட்ட தமிழறிவு பெறாவிட்டாலும், தமிழ் மரபை உணர்ந்தவராக அவர் இருந்தார். எனவேதான் மரபை உணர்ந்தவராக அவர் இருந்தார். எனவேதான் தமிழின் நிலப்பகுப்பு, திணைமுறைமையை நவீன இலக்கியத்துக்குள் கொண்டு வந்தார். நிலம் சார் மக்களின் வாழ்க்கையை, பண்பாட்டை மிக லாவகமாக அவரால் எழுத முடிந்தது.

இன்று புழக்கத்தில் வந்துவிட்ட ‘இன வரைவியல் எழுத்து’ என்பதை முறையாக அறிமுகம் இல்லா சூழலில் தொடங்கி வைத்தவர் இராஜம் கிருஷ்ணன் என்றால் மிகையில்லை. கள ஆய்வு, மக்களோடு இரண்டறக் கலத்தல், தளத்தில் தங்கிப் பயிலுதல் பண்பாட்டை எழுதுதல் முதலிய நவீன, கோட்பாட்டு நிலைகளை இராஜம் கிருஷ்ணன் மிக இயல்பாக தன் எழுத்துகளில் சாதித்துக் காட்டினார். இது தமிழுக்குப் புதிது. இவரை ஆவண எழுத்தாளர்... என்றெல்லாம் சிலர் எள்ளல் செய்ததை இறுதிவரை அவர் பொருட்படுத்தலே இல்லை. மீண்டும் மீண்டும் மக்களிடம் சென்றார். கற்றார், கற்பித்தார். இந்த இயக்கவியல் தான் அவரை நாம் கொண்டாட அடிப்படையாக உள்ளது. கள ஆய்வு குறித்து இராஜம் கிருஷ்ணன் கூறுகிறார்.

கள ஆய்வு - சமூக ஆய்வு

"நான் ஏதாவது ஒரு படைப்புக்காக கள ஆய்வு செய்ய அந்தப் பகுதிக்குச் சென்று மக்களோடு தங்கி ஆய்வில் ஈடுபட்டிருக்கும் போது, யாராவது ஒருவர் நீங்கள் ஏன் அந்த மக்களைப் பற்றி கள ஆய்வு செய்து எழுதக்கூடாது. இந்த மக்களைப்பற்றி எழுதக்கூடாது. எழுதினால் இந்த உலகிற்கு அவர்களைப் பற்றியும் ஒரு செய்தி போய்ச் சேரும் என்று சொல்வார்கள். மேலும் என்னைச் சுற்றி நடக்கும் நிகழ்வுகளும், நான் படித்த கேட்ட செய்திகளும் என்னை அந்த பாதிக்கப்பட்ட பகுதிகளையும் மக்களையும் சந்திக்கத் தூண்டும். இவ்வாறு தான் என்னுடைய கள ஆய்வுப்பணி சங்கிலித் தொடர் போல தொடர்ந்து வந்து கொண்டிருந்தது" என்பார். இராஜம் கிருஷ்ணன் கள ஆய்வு செய்து எழுதினாலும் அவ்வெழுத்து வெறும் ஆவணமாக இல்லாமல் கலை அழகில் படைப்பாக மிளிரும் அவ்வவ் மக்களின் வழக்காறுகளும், பண்பாட்டுக் கூறுகளும் ஏன் வட்டார வழக்கும் படைப்பில் இடம் பெறும். யதார்த்த எழுத்தில் அலுப்புத்தட்டாத, வாசகர்களை ஈர்க்கும் தன்மை இராஜம் கிருஷ்ணனின் படைப்பாளுமையைத் தனித்தன்மை மிக்கதாக அடையாளப்படுத்தியது.

நிலக்கிழமைக் கொடுமைகளுக்கு எதிராக வீரம் செறிந்த போராட்டங்களைக் கண்டது தஞ்சைத் தரணி. சமூகவிடுதலைக்கும், பொருளாதார விடுதலைக்குமான இணைந்த போராட்டம், அதில் பலிகள், இயக்கம், பின் விளைவுகள் பற்றி அதுவரை இலக்கியப் பதிவுகள் அதிகம் இல்லை. இந்திரா பார்த்தசாரதி வெண்மணிக் கொடூரத்தை உளவியல் சித்திரமாக 'குருதிப்புனல்' நாவலில் தந்தார். பாரதிப்பித்தன் அதிகாலைச் சிவப்பு குறுநாவலை விவசாய இயக்கத் தோற்றம் குறித்து எழுதினார். மற்றபடி வாழ்க்கை வரலாறுகளோ, முறையான எழுத்துப் பதிவுகளோ, படைப்புகளோ வெளிவராத நிலையில் இராஜம் கிருஷ்ணன் தஞ்சைக்கு வந்தார்.

பொதுவுடைமை இயக்கத்திலும், மாதர் இயக்கத்திலும் அவருக்கு இருந்த தொடர்பு ஈடுபாடும் கள ஆய்வை நிகழ்த்தவும், இம்மக்களைப் புரிந்து கொள்ளவும் உதவின. சேற்றில் மனிதர்கள் *(1982)*, பாதையில் பதிந்த அடிகள் *(1991)* ஆகிய இரு படைப்புகள் உருவாகின.

சேற்றில் மனிதர்கள்

'சேற்றில் மனிதர்கள்' முன்னுரையில் இந்நாவல் எழுந்த விதத்தை இரா.கி விளக்குகிறார்.

"இந்தப் புதினத்தை உருவாக்க நான் கீழ்த் தஞ்சைப் பகுதிகளில் பல சிற்றூர்களில் வாழும் அடித்தள மக்களின் வாழ்வை அருகிலிருந்து உணர்ந்தேன். பாரதம் அரசியல் விடுதலை, ஏற்றத்தாழ்வில்லாத சமத்துவம், பொருளாதார மேன்மை ஆகியவற்றைக் குறிப்பாக்கி கிளர்ச்சிக்கு வித்திடப்பட்டது. ஆனால் வெறும் அரசியல் விடுதலை முன்பு குறிப்பிட்ட வகையில் ஆழ்ந்த குறிக்கோள்களைக் கொண்டிராததனால் இம்மக்களின் உண்மையான முன்னேற்றம் மலர்ந்து விடவில்லை. உயிர் வாழ இன்றியமையாததான நீருக்கும் உணவுக்குமே தட்டுப்பாடாகவும் போராட்டமாகவும் பிரச்சனைகளாகவும் தொடர்ந்தது. குடியரசு உரிமையில் எழுச்சிகளுக்கான வாய்ப்புகளைக் காட்டிலும் ஆதிக்கங்களுக்கான உரிமைகளும் வாய்ப்புகளுமே வலிமை பெற்று வந்திருக்கின்றன...

...இந்தப் புதினத்தை நான் உருவாக்கிய காலத்தில் சமுதாய மனசாட்சி என்ற ஒன்றைத் தேடிய காலமாக இருந்தது என்று கூடச் சொல்லலாம்.

காவிரித்தாய் தன் கரங்களால் மண் அன்னையைத் தழுவிப் பிரியாவிடை கொள்ளும் இப்பிரதேசத்தில் அவள் வன்மையைக் கொண்டாடி விட்டுச் செல்கிறாள். தனது மக்கட் செல்வங்கள் அனைவரும் வளமையுடன் வாழ வேண்டும் என்ற அந்த இயற்கைத் தாயின் நியாயங்களை மனிதர் மதித்திருக்கவில்லை. தம்மினத்தவரையே மனிதர் அற்பங்களாக்கத் தலைப்படும் போது பிரச்சனைகள் ஒவ்வொரு நாளும் அமைதி குலைகின்றன. சேற்றிலும், வரப்பிலும், விரிந்த நீர்க்கரைகளிலும் வானுலகைச் சிருஷ்டிக்கும் மனிதர்கள். இன்னமும் அடிமைகளில் அழுந்திக் கொண்டிருக்கின்றனர்."

இந்த நோக்கு இம்மக்கள் சமுகத்தைப் பற்றிய சரியான மதிப்பீடாக அமைகின்றது.

சகா எனும் சரித்திரம் சந்திரகாந்தன்

‘சகா’ எனத் தோழமைகளால் கொண்டாடப்பட்ட சந்திரகாந்தன் இன்று (09.05.2021) இல்லை என்று ஆனார். ஆஜானுபாகுவான ஆகிருதியான அவரை திடீரென இயற்கை களவு கொண்டு போனது பெருந்துயரம். அவர் ஜெயகாந்தன் சபையின் சககிருதையர். தமிழ்நாடு கலை இலக்கியப் பெருமன்ற வானில் ஓர் துருவ நட்சத்திரம்.

22.09.1957ல் அருணாசலம் - சேது பருவதம் ஆகியோருக்கு ‘குப்புசாமி’ பிறந்தார். இராமநாதபுரத்திலிருந்து 11கி.மீ தூரத்தில் உள்ள காவனூர்தான் அவரது பூர்வீகம். மூன்று ஆண்கள், மூன்று பெண்கள் என அறுவரில் ஒருவராய் பிறந்து உடன்பிறந்தார் ஐவருக்கும் அம்மையப்பனாய் வாழ்ந்து நிறைந்தவர் அவர். ஸ்வார்ட்ஸ் பள்ளியில் பயின்று, பின்னர் மதுரை தியாகராசர் கல்லூரியில் இளம் அறிவியல் பயின்றார்.

பள்ளிப் பருவத்திலேயே, 6, 7, 8 ஆம் வகுப்பு பயின்ற போதே வாசிப்புப்பழக்கத்தில் தன்னை இழந்தவர். ஊரில் சிறுநூலகமும் தோழர் சிதம்பரநாதன் போன்றோரின் ஊக்குவிப்பும் வாசிப்பில் ஆழங்கால் பதிக்க உந்திற்று. சுந்தரமூர்த்தி, ஜெகதா, குமரன், கதிரேசன் போன்ற சக நண்பர்களுடன் இராமநாதபுரம் அரண்மனை வளாகத்தில் சந்திப்புகள் தொடங்கின. தேசபத்தி, மக்கள் பத்தியாக மலரத் தொடங்கியது. அனைத்திந்திய மாணவர் பெருமன்றம், அனைத்திந்திய இளைஞர் பெருமன்றம் போன்ற அமைப்புகளில் அறிமுகம் கிடைத்து அவற்றில் அங்கம் வகிக்கத் தொடங்கினார்.

மதுரை கல்லூரி வாழ்க்கை புதிய வாசல்களைத் திறந்தது. 1980களில் கல்பனா இதழின் தொடர்பு ஏற்படுகிறது. பூமணி, ஆ.சந்திரபோஸ், தி.சு.நடராசன், நவகவி, ஆர்.எஸ்.சண்முகம், பரிணாமன் ஆகியோரின் தோழமை வாய்க்கிறது. என்.சி.பி.ஹெச் நிறுவனத் தொடர்பும் அமைகிறது. ‘மகாநதி’ எனும் இலக்கியக் காலாண்டிதழ் மலர அதில் எழுத்துக் களம் காண்கிறார்.

1980களில் இராமநாதபுரம் மாவட்ட கலை இலக்கியப் பெருமன்றச் செயல்பாடுகளில் ஈடுபடுகிறார். ஒரு மாவட்ட மாநாட்டில் அடிகளார், ஜெயகாந்தன், முகவை இராஜமாணிக்கம் போன்றோரின் பேச்சில்

கவரப்பட்டு இயக்க உணர்வில் தீவிரமாகிறார். அறந்தை நாராயணனின் 'கல்பனா'வில் எழுத்தைத் தொடங்குகிறார். 'வைகையில் வெள்ளம் வரும்' இவரின் முதல் நூல் சொந்த ஊரான காவனூரில் வெளியிடப் படுகிறது. ஊரே திரண்டு திருவிழா போல இவ்விழா நடந்ததாக தோழர் சேகரன் நினைவு கூர்கிறார். 'சந்திரன்' எனத் தன்னை அழைத்த வீட்டுப்பெயருடன் தான் நேசிக்கும் ஜெ.கேயின்'காந்தனை'ச் சேர்த்து 'சந்திரகாந்தன்' ஆனார். தொடர்ந்து எழுதத் தொடங்கி தாமரையில் தடம் பதிக்கிறார். 'தொடரும்' இதழின் நிறுவன ஆசிரியராக இருந்து தான் மறையும் வரை அதில் எழுதி வந்தார்.

வைகையில் வெள்ளம் வரும், தழல், அண்டரண்டப்பட்சி, ஆளுக்கொரு கனவு, குதிரைவீரன்கதை, புல்லைப் புசியாத புலிகள், சப்தக்குழல் உள்ளிட்ட பல படைப்புகளைத் தந்தார்.

என்.சி.பி.ஹெச் நிறுவனத்துக்கு இவர் தொகுத்தளித்த பாரதியார் கவிதைகள், இருபதாம் நூற்றாண்டின் சில சிறுகதைகள் போன்ற பதிப்புகள் முக்கியமானவை. ஏர்னஸ்ட் சேகுவேரா நூலும் குறிப்பிடத் தக்கது.

தொழில் அடிப்படையில் வங்கியாளர் சிங்கம்புணரியிலும், நெற்குப்பையிலுமே பணியாற்றி ஓய்வு பெற்றார். தன் இலக்கிய, இயக்கப் பணிகள் தடைபடும் என்பதாலேயே பதவி உயர்வுகளைத் துறந்து ஒரே இடத்திலேயே தன்னை இருத்திக் கொண்டார் என்றாலும் அவரின் கலை இலக்கியப் பயணம் என்றும் ஓய்ந்ததில்லை. பெருமன்றத்தின் புதுக்கோட்டை, சிவகங்கை, இராமநாதபுரம் மாவட்டங்களின் தலைசிறந்த வழிகாட்டி. தோழர்களை அரவணைக்கும் தாயுள்ளம் கொண்டவர். யார் மனதும் புண்படாமல் நடப்பார்.

பாரதி, தாகூர், பிரேம்சந்த், கார்க்கி... என்று உலக இலக்கிய வாணர்களின் அருமை பெருமைகளை விரல் நுனியில் வைத்திருப்பார். எதைப்பற்றி எப்பொழுது கேட்டாலும் பட்டென்று எடுத்துக் கூறும் ஆற்றல்மிக்கவர். அந்த வகையில் அவர் முற்போக்கு கலை இலக்கியக் கருவூலக் களஞ்சியமாகவே திகழ்ந்தார் எனலாம். எப்பொருளிலும் பேசும் ஆற்றல் படைத்தவர். தான் படைப்பாளி என்ற தன்முனைப்பை எவ்விடத்திலும் காட்டாதவர். இன்னும் சொல்லப்போனால் அவரின் சில படைப்புகள் கூட அவரிடம் இல்லாத நிலை. கேட்டால் 'பரவாயில்ல' தோழர் என்று சொல்லி கடந்துவிடுவார்.

இளைஞர்களோடே அவர் இருப்பார். மு.பழனியப்பன், சேதுபதி, சிங்கமுத்து, அருணன்... என்று பெரிய பட்டியலே உண்டு.

இளையோரின் திறமைகண்டு ஊக்குவித்து உச்சி முகர்வதில் அவருக்கு நிகர் அவர்தான்.

பெருமன்ற மாநிலத் துணைத்தலைவராக இருந்து அரும்பணியாற்றினார். தோழமை உணர்வோடு மாநில அமைப்பின் வேலைகளை ஏற்று செய்தார்.

இறுதிக் காலத்தில் அவர் முகநூலில், புலனத்தில் தீவிரமாக இயங்கினார். கருத்தியல் அரசியலை மையமிட்டு அவர் செய்த பதிவுகள் காத்திரமானவை.

"இன்று என்போர்க்கு புத்தாண்டு வாழ்த்து
அன்று என்போர்க்கு அன்றாட வாழ்த்து"

"இது செய்தியா?
செய்தி மாதிரி விளம்பரமா?
இனி தினமும் 'அய்யம்' வருமோ?"

"அறம் வெல்லும் சரிதான்
ஆனால் வெல்வதெல்லாம் அறமாகாது"

"டாக்டருக்கு நீட்
நர்சுக்கு நீட்
கம்பவுண்டருக்கு நீட் இப்படியே போனா
பேசண்ட்டுக்கும் நீட் தேர்வு வைப்பாங்களோ"

அய்யம்பெருமாள்(அ.பெ) எனும் புனை பெயரில் அவர் எழுதியது எல்லாமே கலகக் குரலாகவே அமைந்தது எனலாம்.

தோழர் சந்திரகாந்தன் மார்க்சியம் கற்றவர். கம்யூனிஸ்ட் ஒழுங்கைக் கடைபிடித்தவர். மனிதப் பண்புகளின் கூட்டுமொத்தமாக விளங்கியவர். தோழமையைப் போற்றி நின்றவர். அவரின் அருமைத் துணைவியார் உமாமகேஸ்வரி, இனிய மகன் அரவிந்தன் ஆகியோரையும் தோழமையோடே நடத்தியவர்.

காலம் பறித்துக் கொண்ட எங்கள் 'சகா' என்றும் எம் நினைவுகளில் வாழ்வார்!

...